நூறு புராணங்களின் வாசல்

(குறுங்கதைகள்)

முபீன் சாதிகா

மணலி-610203
திருத்துறைப்பூண்டி

நூறு புராணங்களின் வாசல்

நூலாசிரியர்: **முபீன் சாதிகா** ©
முதல் பதிப்பு: டிசம்பர்-2021
பக்கங்கள்: 128

வெளியீடு:
நன்னூல் பதிப்பகம்
தொடர்பு எண்: 99436 24956
மணலி, திருத்துறைப்பூண்டி - 610 203
nannoolpathippagam@gmail.com

பிரதிகளுக்கு:
A-6, திருமலை காம்ப்ளக்ஸ்
டாக்டர் அம்பேத்கர் ரோடு,
வில்லிவாக்கம், சென்னை - 49.
அலைபேசி: 9884052075

NOORU PURANANGALIN VAASAL

Author: **Mubeen Sadhika** ©
First Edition: December-2021
Pages: 128
ISBN 978-81-955286-0-8
Published by:
Nannool Pathippagam
Contact No. 99436 24956
Manali, Thiruthuraipoondi - 610203
nannoolpathippagam@gmail.com

Copies Available at:
A6 Thirumalai Complex
Dr.Ambedkar Road
Villivakkam, Chennai-600049
Mobile: 9884052075

Price: ₹ 130

அட்டை ஓவியம்: முபீன் சாதிகா
அட்டை வடிவமைப்பு: லார்க் பாஸ்கரன்
அட்டை புகைப்படம்: புருஷோத் அப்பு
உள்பக்க வடிவமைப்பு: சு. கதிரவன்

Printed at : Professional Printers, Chennai - 4.

சமர்ப்பணம்
அண்ணனுக்கு...

பதிப்புரை

திறந்தே இருக்கும் மாய உலகின் வாசல்

எங்கள் 'நன்னூல்' பதிப்பகத்தின் சார்பில் கவிஞர், மொழிபெயர்ப்பாளர் முபீன் சாதிகாவின் 'நூறு புராணங்களின் வாசல்' என்ற நூறு குறுங்கதைகளின் தொகுப்பை அழகிய நூலாகத் தமிழ்க் கூறும் நல்லுலகத்திற்குச் சமர்ப்பிக்கிறோம்.

மனம் என்ற உள்ளுணர்வில் ஒரு மாய உலகின் யதார்த்தங் களைக் கதை வடிவில் சொல்லுகிற புதிய உத்திகளோடு இந்தக் குறுங்கதைகள் எழுதப்பட்டிருக்கின்றன.

கனவுத் தன்மையும் கவித்துவமும், அழகியலும் சேர்ந்த கதை சொல்லும் பாங்கு இதனை வாசிக்கும் வாசகர்களுக்கு ஒரு புதிய வாசலைத் திறந்து வைக்கிறது. அதுவே இந்தக் கதைகளின் மாய உலகின் வாசலாக மாறுகிறது. பல கதைகள் கற்பனைக்கும் மேலான கனவுலகின் தரிசனங்களாய் மாய பிம்பங்களாய் நம் சிந்தையெங்கும் சித்திரமாய்ப் படமிடுகின்றன.

நூறு குறுங்கதைகளிலும் அறிவியல் கற்பனைகளோடும், ஜீவிதமில்லாத உறவுகளோடும் பிணையும் ஒழுங்கமைவு. இந்தக் கதைளை எவ்வித முன்விசை, பின்விசையுமின்றி வாசகர்களோடு கூடவே நகர்த்திச் செல்கின்றன.

இன்னும் சொல்லலாம்.

கதைகளை வாசித்தபின் வாசகர்களாகிய நீங்கள்தான் நிறைய சொல்லவேண்டும்.

இந்த அழகிய கதைகளுக்குச் சிறப்பான முன்னுரை வழங்கிய பிரபல நாவலாசிரியரும், முன்னாள் 'இந்தியா டுடே' இதழாசிரியருமான திருமதி.வாஸந்தி அவர்களுக்கு நிறைய நன்றிகள்.

03.12.2021
திருத்துறைப்பூண்டி

மணலி **அப்துல் காதர்**
'நன்னூல்' பதிப்பகம்

முன்னுரை

முபீன் சாதிகா ஓர் அபூர்வமான எழுத்தாளர். அபூர்வம் என்பதற்குக் காரணம், வழமையான எழுத்துகளிலிருந்து மாறுபட்டு பளிச்சிடும் எழுத்து. ஒரே சமயத்தில் பிரமிப்பூட்டும், திகைப்பூட்டும், புரிதலுக்கு அடங்காத வெளியிலிருந்து ஒலிக்கும் எழுத்து. சில ஆண்டுகளுக்கு முன் அவருடைய கவிதைத் தொகுப்பை வாசித்த அனுபவம் இன்னும் பசுமையாக நினைவில் இருக்கிறது. மனத்தை வேறு தளத்திற்கு அழைத்துச் சென்ற தொகுப்பு. அதை நவீனத்துவம் பின் நவீனத்துவம் என்று வகைப்படுத்த முடியாத நடை. ஏதோ ஓர் அமானுஷ்யமான உணர்வோடு, பல தரிசனங்களைக் கண்ட பரவசத்தில் எழுதியவைப் போல எந்தக் காலத்திலும் ஒட்டாத வகையில் சங்க கால இலக்கியச் சுதந்திரத்துடன் எழுதப்பட்டவைப் போலத் தொனித்தன. கற்பனையின் அழகும் ஆன்மீகப் பார்வையும் பிரமிப்பூட்டுவதாக இருந்தன.

இப்போது 100 குறுங்கதைகள் எழுதித் தொகுத்திருக்கிறார். இக்கதைகளும் எந்தக் காலக்கட்டத்திலும் வகைப்படுத்த முடியாதவை மீகற்பனை (fantasy) கதைகள். அறிவியல் புனைவுக் கதைகள். முபீன் சாதிகா ஓர் ஓவியரும் கூட. இந்தக் கதைகள் கூட அவரது மனதில் ஓவியங்களாகத் தோன்றி எண்ணச் சிதறல்களாக வெளிப்படுபவை என்று எண்ணத் தோன்றுகிறது. அப்படித்தான் மாயாஜால யதார்த்தம் (magical realism) தோன்றியதாகச் சொல்லப்படுகிறது. Alice in Wonderland, Jack and the Beanstalk ஆகிய ஆங்கில சிறுவர் இலக்கிய கற்பிதங்கள் போல இந்தக் கதைகளிலும் எங்கு வேண்டுமானாலும் நீங்கள் சஞ்சரிக்கலாம். வேற்று கிரகங்களுக்குச் சுலபமாகப் பயணிக்கலாம். வேற்றுக்கிரக வாசிகள், நம்மிலிருந்து வித்தியாச மானவர்கள் இல்லை. கோபதாபம், பொறாமை, வன்மம், எல்லாம் அவர்களுக்கும் உண்டு. பாம்புகள், மயில்கள், மைனாக்கள் எல்லாம் நம்முடன் உரையாடும். கனவு காண்போம். கனவில் முருகன் வருவார். நாம் வேண்டுவதைக் கொடுப்பார். மனிதர்கள் மிருகங்களாக, பறவைகளாக மாறுவார்கள். காஃப்காவின் மெட்டாமார்ஃபஸிஸ் (உருமாற்றம்) போல. உலகம் அமானுஷ்யமானதாக நம் திட்டங்கள் எல்லாம் நம் வசத்தில் இல்லாமல் நம் மனம் நினைப்பதை செய்யமுடியாமல் நாம் எப்பொழுதும் நம்மை மீறின ஒரு சக்தியை எதிர்க்கும் போக்கும், எதிர்க்க முடியாமல் வலுவிழந்து நிற்பதுமான ஒரு தோற்றத்தைப் பல கதைகள் எழுப்புகின்றன.

ப்ராகில் பிறந்த ஃப்ரான்ஸ் காஃப்கா ஜெர்மன் மொழியில் எழுதிய உருமாற்றம் என்ற கதையின் கதாநாயகன் கிரிகோர் ஒரு குறுங்கதையில் வருகிறான். அமானுஷ்யம் கலந்த உலகம் அவர் சிருஷ்டிப்பது. சாதிகாவுடைய உலகம் அத்தகையது. காஃப்கா அன்றைய அதிகார வர்க்கத்தை நையாண்டி செய்தார். முபீன் சாதிகாவின் கதைகளின் அடி ஆழத்தில் நையாண்டி உண்டு. ஆனால் அரசியல் இல்லை. அவருக்குச் சமகால பூமியிலிருந்து விலகி வேற்றுக்கிரக சஞ்சாரத்தில் இருக்கும் நாட்டம் ஒரு Existential crisis-ன் அடையாளமா? எனக்குத் தெரியாது. அதை விளக்குவது தேவையற்றது.

இந்தக் கதைகள் அழகியச் சித்திரங்கள். நம்மை ஓர் அதிசய உலகுக்கு, நிஜமும் அதிசயமும் உள்ள உலகுக்கு அழைத்துச் செல்பவை. அறிவியல் தத்துவத்தையும் ஒரு குழந்தையின் ஆர்வப் பார்வையையும் ஒரே நேர்க்கோட்டில் வைத்து நம்மைக் கிரகிக்க வைப்பவை. பின்நவீனத்துவ சர்ரியலிச ஓவியங்களை விளக்கப் போவது எத்தகைய அபத்தமோ அப்படி இந்தக் குறுங்கதைகளை விளக்குவதும் தேவையற்றது.

ஜப்பானிய எழுத்தாளர் ஹருகி முரகாமி அவருடைய புகழ் பெற்ற நாவலான "Kafka on the Shore" என்ற நாவலில் எப்படி மனித வர்க்கம் ஏதாவது ஒரு சுழலில் சிக்குகிறது என்று சொல் கிறார். அந்தச் சுழல் மனிதனாலேயே உருவாக்கவும் படுகிறது

என்பதையும் விளக்குகிறார். அப்படித்தான் இந்தக் கதைகள் நம்மைப் பலச் சுழல்களில் சிக்க வைக்கின்றன.

ஒவ்வொன்றையும் படிக்கும் போது நமக்கு ஏற்படும் தாக்கம் விமர்சனத்துக்கு அப்பாற்பட்டது. முபீன் சாதிகாவின் திறமையும், சொல்வீச்சும், பார்வையும் அதன் நேர்மையும் தமிழ் இலக்கியத்திற்குக் கிடைத்திருக்கும் கொடை. இந்தக் கதைகளை வாசிக்கும் அனுபவத்தை எனக்கு அளித்த முபீன் சாதிகாவுக்கு எனது நன்றிகள். அவரது பணி தொடர்ந்து சிறக்க என் வாழ்த்துகள்.

08.11.2021 — **வாஸந்தி**
புதுடெல்லி

என்னுரை

முனைவர் பட்ட ஆய்வேட்டை எழுதும்போது இடையில் ஒரு படைப்பையும் அவ்வப்போது எழுதினால் உற்சாகமாக இருக்கும் என்பதற்காக, கடந்த பத்தாண்டு காலமாக எழுதி வைத்திருந்த குறுங்கதைகள் மற்றும் குறுங்கதைகளுக்கான குறிப்புகள் இவற்றை விரிவாக்கி தினம் ஒரு கதையாக முகநூலில் பதிவிட்டு வந்தேன். 100 கதைகள் ஆகும் வரைப் பதிவிடலாம் என நினைத்தேன். கிட்டத்தட்ட 50 கதைகளை நெருங்கும்போதே 'நன்னூல்' பதிப்பகத்தின் திரு. மணலி அப்துல் காதர் அவர்கள் தொடர்பு கொண்டு நூலைப் பதிப்பிக்கும் விருப்பத்தைத் தெரிவித்தார். அவருக்கு என் உளமார்ந்த நன்றிகள்.

இதுவரை என் இரண்டு கவிதைத் தொகுப்புகள் வெளி வந்திருக்கின்றன. ஒரு கட்டுரைத் தொகுப்பும் ஒரு நேர்காணல் நூலும் வெளி வந்திருக்கின்றன. கவிதைகள் எழுதுவதில்தான் எப்போதும் ஆர்வமாக இருந்தேன். இந்தக் கதைகள் அவ்வப்போது எழுதிப் பார்க்க மட்டும் வைத்திருந்தேன். திரைப்படத்திற்கான கதைக்கருக்களை எழுதுவதற்காக எழுதிப் பார்த்தவை இவை. மிகச் சிறிய கதைகளை எழுதுவது தமிழில் அறிமுகமானதுதான். ஆனால் அவை வெற்றிகரமான வகைமையாக உருவாகவில்லை.

Flash fiction அல்லது Microfiction என்று அழைக்கப்படும் வகைமையைச் சார்ந்து எழுதப்பட்ட கதைகள் இவை. ஈசாப்பின் கதைகள், பஞ்சதந்திரக் கதைகள், ஜென் கதைகள் போல் எழுதும் ஆர்வத்தில் எழுதப்பட்டவை இவை. இந்தக் கதைகளில் குறிப்பாக, யதார்த்தம் போன்ற அம்சங்கள் இருக்கவேண்டும், ஆனால் அவற்றைத் தாண்டிய கற்பனையும் செயல்படவேண்டும் என்பதுதான் இந்தக் கதைகளை எழுதத் தூண்டியது. அதிகமான மீகற்பனை சார்ந்த கதைகளை வாசித்துக் கொண்டிருந்ததாலும் சுயமாக ஏற்பட்ட பல அனுபவங்களின் தாக்கத்தாலும்

எளிமையாக, பலருக்கும் சென்றடையும் வகையில் இதுவரைக் கண்டிராத ஓர் அனுபவத்தைத் தரும் நோக்கத்திலும் எழுதப்பட்ட கதைகள் இவை.

2000ஆம் ஆண்டியிலிருந்து மேல் நாடுகளில் இது போன்ற குறுங்கதைகள் அதிகம் வாசிக்கப்பட்டன. அதனால் இந்தக் கதைகளை முகநூலில் பதிவிடலாம், எப்படி வரவேற்பு இருக்கிறது எனப் பார்க்க ஆசைப்பட்டேன். பலரும் இந்தக் கதைகளை வாசித்து வரவேற்றது பெரும் மகிழ்ச்சியைத் தந்தது. 'மேலும்' மற்றும் 'அன்னம்' விருதுகள் வாங்கும் போது இருந்த உற்சாகத்தை இந்தக் கதைகளின் வாசகர்கள் அளித்தார்கள். இது போன்ற படைப்புகளைத் தொடர்ந்து எழுதுவதற்கு அது அடித்தளம் இட்டிருக்கிறது. அவர்கள் அனைவருக்கும் என் நெஞ்சார்ந்த நன்றிகள்.

தமிழின் முதுபெரும் பெண் எழுத்தாளரும், இதழாசிரியருமான வாஸந்தி அம்மா அவர்கள் தன்னுடைய உடல்நலனையும் பொருட்படுத்தாமல், மடிக்கணினி பழுதானதையும் பொருட் படுத்தாமல் கையாலேயே எழுதி என்னிடம் தொலைபேசியில் வாசித்துக் காட்டி எனக்கு அவர் எழுதிய முன்னுரை திருப்தியாக, நிறைவாக இருக்கிறதா என்று கேட்டு இத்தனை அழகான ஒரு முன்னுரையை அளித்ததற்கு எத்தனை முறை நன்றி சொன்னாலும் தகும்.

08.11.2021 — **முபீன் சாதிகா**

சென்னை
mubeensadhika@gmail.com

பொருளடக்கம்

1.	பறத்தல் பற்றிய நினைவு	...	13
2.	பாதரசக் குதிரை	...	14
3.	அவன் பெயர் முருகன்	...	15
4.	மொட்டு	...	16
5.	பெட்டிக்குள் படம்	...	17
6.	9-ஆம் எண்	...	18
7.	ஓசையின் நயம்	...	19
8.	பேச்சு	...	20
9.	மஞ்சள் பூ	...	21
10.	அவள்	...	22
11.	புத்தகம்	...	23
12.	அவளும் அவனும்	...	24
13.	மயில் பெண்	...	25
14.	பொய்மை	...	26
15.	கிரிகோர் சம்ஸாவுடன் ஓர் உரையாடல்	...	27
16.	வண்டு	...	28
17.	வாசகம்	...	29
18.	பாம்பின் கால்	...	31
19.	பொம்மைப் பெண்	...	32
20.	கொலை	...	33
21.	கடவுளான கலிவர்	...	34
22.	கனவுக்குள் புகுதல்	...	35
23.	சமையல்	...	36
24.	நட்சத்திரம்	...	38
25.	குழந்தை	...	39
26.	பயணம்	...	40
27.	தேள்	...	41
28.	பறவை	...	42
29.	மேற்கோள்	...	43
30.	கப்பல்	...	44
31.	அம்பலாதன் வரலாறு	...	46
32.	மாயப்பெண்	...	48
33.	சொல்	...	49

34.	அரசி	...	50
35.	கை	...	51
36.	யானை	...	52
37.	பானை	...	53
38.	குறுவாள்	...	54
39.	பரமார்த்த குருவின் சீடன் குருவானபோது	...	55
40.	எழுத்தாளரைக் கொல்வது	...	56
41.	கோழி	...	57
42.	நினைவுச் சின்னம்	...	58
43.	குடை	...	59
44.	பூனை	...	60
45.	ஓவியர்	...	62
46.	மரம்	...	63
47.	முத்து	...	64
48.	தேரை	...	65
49.	சிலந்தி	...	66
50.	உருக்கள்	...	67
51.	மலை	...	68
52.	சூரிய புராணம்	...	69
53.	பசை	...	70
54.	கிளி	...	71
55.	தலை	...	72
56.	ஒளி	...	73
57.	பாடல்	...	74
58.	வாசம்	...	75
59.	கர்ட் வன்னேகாட்டுடன் நடந்த உரையாடல்	...	76
60.	கல்	...	77
61.	காகம்	...	78
62.	மூப்பு	...	79
63.	விபத்து	...	80
64.	தொடர்	...	81
65.	யார்	...	82
66.	கண்	...	83

67.	நடிப்பு	...	84
68.	களவு	...	85
69.	நிறம்	...	86
70.	கண்ணாடி	...	87
71.	வால் நட்சத்திரம்	...	88
72.	சாகசம்	...	89
73.	பொய்	...	91
74.	புழு	...	92
75.	இசை	...	93
76.	7 கண்கள்	...	94
77.	மரகதச் சாவி	...	95
78.	ஒற்றுமை	...	97
79.	பெண் எந்திரம்	...	99
80.	சிப்பி	...	100
81.	ரகசியம்	...	101
82.	மேலாயிடம் ஒரு விசாரணை	...	102
83.	முத்திரை	...	103
84.	குண்டூசி	...	105
85.	பூக்களின் தேவதை	...	107
86.	தற்கொலை	...	109
87.	காற்று	...	111
88.	விளையாட்டு	...	112
89.	நட்பு	...	113
90.	சொர்க்கம்	...	115
91.	கண்ணாடி மாளிகை	...	116
92.	வயது	...	118
93.	வேட்டை	...	119
94.	குறை	...	120
95.	நகர்வு	...	121
96.	பொம்மை உலகம்	...	122
97.	மீன்	...	123
98.	கானல்	...	124
99.	பல்	...	125
100.	3333	...	126

பறத்தல் பற்றிய நினைவு

அன்று பறக்க எண்ணியிருந்தேன். அவன் அருகே இருந்ததால் பறக்கவிடாமல் தடுத்துக் கொண்டே இருந்தான். அவனிடம் பறத்தலில் உள்ள எல்லா நன்மைகளையும் கூறியிருந்தேன். பறத்தலின் பரவசம் ஏனோ அவனுக்கு இல்லாமல் போய்விட்டது. ஆனாலும் பறத்தல் மூலம் பல அண்டங்களைத் தாண்டிச் செல்லமுடியுமா என்பதை மீண்டும் மீண்டும் அவன் உறுதிப்படுத்திக் கொண்டே இருந்தான். ஒரு முறை பெயர் தெரியாத ஓர் அண்டத்தைப் பற்றிக் கூறி அங்குப் போகவேண்டும் என்றான். இருவரும் பறந்து கிளம்பினோம். அந்த அண்டத்தைச் சென்றடைய சிறிது காலம் பிடித்தது. அங்குச் சென்று சேர்ந்தவுடன் அவன் எதிர்பார்ப்பு பொய்த்துப் போய்விட்டது. அங்கு நீர் இல்லை, மரம், செடி, கொடி இல்லை. அங்கிருக்கும் கற்களைக் கையில் வைத்திருந்தால் நீராகிவிடும். அதைப் பருகலாம். மணலை மரம் போல் வடித்து மூச்சுக்காற்றை ஊதினால் மரம் உருவாகிவிடும். கற்களைக் கோர்த்துத் தேவையானவற்றைச் செய்து கொள்ளலாம். ஆனால் இந்த வேலை அவனுக்குச் சலிப்பளித்தது. வேறிடம் தேடலாம் என்றான். இம்முறை போனது தலைகீழ் பூமி. நீர் இருந்தது. தொட்டால் மறைந்தது. மரம், செடி, கொடிகளும் அப்படியே. இது அவனைப் பெரும் அலைச்சலுக்கு ஆட்படுத்தியது. ஏதாவது செய்தாக வேண்டும் என்றான். மீண்டும் புதிய இடம். நடுவில் பொய்கை. சுற்றி நிலம். அந்த இடம் ஓரளவு பிடித்திருந்தது. அந்த நீரைப் பருகியவுடன் பறக்கும் நினைவு காணாமல் போனது. ●

பாதரசக் குதிரை

அந்தப் பாலைவனத்தின் நடுவில் ஒரு பெரிய கண் இருந்தது. அந்தக் கண்ணின் மையத்தில் நீலமாய் ஒரு திரவம். அடர்த்தியாய், பளபளப்புடன் நெளிந்தது. மணல் அதில் ஒட்டவில்லை. லேசாகக் காற்று அடித்தால் வளையம் போல் நெகிழ்ந்தது; சேர்ந்தது. தூரத்திலிருந்து பார்த்தால் நீரோடை போலவும் அது தெரிந்தது. பெரும் தண்ணீர்த் தாகத்துடன் நடந்து கொண்டிருந்த குதிரை அந்த நீல திரவத்தைக் கண்டதும் வேகமாக ஓடிவந்தது. அந்தத் திரவத்தைப் பருகியது. அதன் அடர்த்தியையும் மீறி குதிரையால் அதைப் பருக முடிந்தது. முழுத் திரவத்தையும் பருகிவிட்ட குதிரை கொஞ்சம் தடுமாறியது. சிறிது நேரத்தில் வெள்ளைக் குதிரையின் நிறம் நீலமாகத் தொடங்கியது. அந்தத் திரவத்தின் நிறம் அதன் உடலில் வந்திருந்தது. அதே போன்ற பளபளப்புடன். குதிரை இப்போது நெளியத் தொடங்கியது. காற்றின் திசைக்கேற்ப அதன் அசைவுகள் இருந்தன. நீளமானது. சுருங்கியது. உயரம் குறைந்தது; கூடியது. குதிரை அந்தத் திரவத்தின் அடர்த்தியைப் பெற்றது. பாலைவன மணலில் நீலக் குதிரை நடந்தது. அந்தப் பெரிய கண்ணைச் சுற்றி சுற்றி வந்தது. மையத்தில் நின்றது. குதிரை உருகத் தொடங்கியது. மீண்டும் நீலத் திரவம் கண்ணின் மையத்தில் வளைந்து நெளிந்தது.

அவன் பெயர் முருகன்

முதல் முறை அவனைப் பார்த்தபோது கண்ணைக் கொட்டக் கொட்ட விழித்து லேசாகச் சிரித்தான். அதன் பின் அவனை நெடுநாள் காணவில்லை. பிறிதொரு முறை மயில்களை ஓட்டி வந்தான். அவனிடம் மயில்கள் மயங்கித் திரிந்தன. ஒன்றின் மீது ஏறி அமர்ந்தான். அவனை ஏற்றிக் கொண்டு அது பறந்துபோனது. யார் இவன், எதற்காக என் கண்ணில் அடிக்கடி தென்படுகிறான் என நினைத்தேன். அதற்குப் பிறகு அவனை மறந்தும் போய் விட்டிருந்தேன். அது அமாவாசை இரவு. சட்டென்று கண் விழித்துக் கொண்டது. எழுந்து வெளியே வந்தேன். அவன் தூரத்தில் நின்று என்னைப் பார்த்துக் கொண்டிருந்தான். அவன் அருகில் செல்ல வேண்டும் போல் இருந்தது. அவன் சிரித்தான். எனக்குப் பல நாட்களாகச் சேர்த்து வைத்திருந்த அழுகை பொத்துக் கொண்டு வந்தது. அவன் அமைதியாகப் பார்த்து அழவேண்டாம், நான் வந்துவிட்டேன் அல்லவா என்றான். அவனை ஊடுருவிப் பார்த்தேன். அவன் லேசாகப் பின்னோக்கி நகர்ந்து வானத்தைச் சுட்டினான். அங்கு பாதி நிலவு சிரித்துக் கொண்டிருந்தது. எனக்கு ஒன்றும் புரியவில்லை. அந்த நிலவு எப்போது வந்தது..சட்டென்று அமாவாசை இரவில் நிலவு எப்படி முளைக்கும் எனத் திகைப்பாக இருந்தது. நிலவொளியில் அவனைத் தேடினால் அவனைக் காணவில்லை. அவன் நின்ற இடத்தில் சென்று பார்த்த போது ஒரு மயில் தோகை கிடந்தது. அதைத் திருப்பிப் பார்த்தேன். முருகன் என எழுதியிருந்தது. ●

நூறு புராணங்களின் வாசல்

மொட்டு

மஹாராணிக்குக் காலையில் எழுந்த போதே தன் சோலையில் பூத்திருந்த அந்த மொட்டைப் பறிக்கவேண்டும் என்ற எண்ணம் வந்தது. ஒரு வாரமாகத் தன் தோட்டத்தில் இருந்த செடியில் அந்தப் பூச்செடி மொட்டுவிட்டிருந்தது. அதன் நிறம் இது வரை அவள் காணாத ஒன்றாக இருந்தது. அது அவளை ஈர்த்துக் கொண்டே இருந்து. அதைப் பற்றி அவள் பல கனவுகள் கண்டாள். அந்த மொட்டை அவள் தின்றுவிடுவது போலவும் இரவில் அவளைப் போன்ற மற்றொரு பெண்ணாக அவளிட மிருந்தே பிரிந்து விடுவது போலவும் பலப்பல கனவுகள் வந்தன. அவள் சிறுமியாக இருந்த போது கண்ட கனவும் அவளுக்குள் சட்டென்று நினைவுக்கு வந்தது. அவள் அதிர்ச்சி அடைந்தாள். அதில் அவள் ஒரு செடியின் மொட்டைக் கசக்கி விடுகிறாள். அதில் குடி கொண்டிருந்த இது வரைக் கண்டிராத விலங்கின் குட்டி, அடிமுடி காண முடியாத வகையில் பெரிதாகி அவள் முன் நின்று அச்சுறுத்தியது. அவள் அலறி ஓட அது ஒரே பாய்ச்சலில் அவளைத் தூக்கி தன் உள்ளங்கையில் வைத்துக் கொண்டு அவள் பெரியவளானவுடன் இது போன்ற ஒரு மொட்டைக் கசக்காமல் இருந்தால் விட்டுவிடுவதாகக் கூறியது. அவள் நடுங்கிச் சம்மதித்துக் கண் திறந்தாள். இப்போது அந்த மொட்டைக் கசக்கவேண்டும் என்ற பேரார்வம் அவளுள் எழுந்தது. சோலைக்குப் போனாள். அங்கு ஓர் ஆடு அந்த மொட்டைத் தின்று கொண்டிருந்தது. இவளைக் கண்டவுடன் இவளைப் போன்றே அச்சு அசலான பெண்ணாக மாறியது. இவள் அருகே வந்தது. இவளைத் தொட்டது. உடனே மஹாராணி ஒரு மொட்டாக மாறினாள். அதை அந்தச் செடியில் செருகிவிட்டு அரண்மனையை நோக்கி ஆட்டிலிருந்து பெண்ணாக மாறிய மஹாராணி நடந்து சென்றாள்.

பெட்டிக்குள் படம்

பெட்டிக்குள் இருந்த படத்தைப் பார்த்தவுடன் அது அன்று சரிந்த எரி நட்சத்திரம் போட்டுவிட்டுப் போன படம் என்று புரிந்தது. இது விழுந்தவுடன் திறந்து பார்த்திருந்தால் அதில் பெறுபவரின் பெயர் இருந்திருக்கும். இப்போது படத்தை வைத்துத்தான் இது யாருக்குப் போய்ச் சேரவேண்டும் எனப் புரிந்துகொள்ள முடியும். படத்தில் ஒரு கிணறு, ஒரு வேர், ஒரு கண் இருந்தன. கிணற்றில் நீரை எடுத்து வேருக்கு விடும் கண்ணோட்டம் உள்ளவருக்கு உரிய படமாக இருக்கலாம். அல்லது கிணற்றில் தண்ணீர் எடுக்கும் போது வேரை மிதிக்காமல் இருக்கும் விழிப்பான கண் உள்ளவருக்கு உரியதாக இருக்கலாம். இந்தப் படத்திற்கு உரிய வாசகத்தைச் சொல்பவருக்கு உரியதாகக் கூட இருக்கலாம். இந்தப் பகுதியில் கிணறு இருக்கும் இடத்திற்குச் சென்றுவிட்டால் அநேகமாக உரியவர்கள் வந்து இந்தப் படத்தைப் பெற்றுச் செல்வார்கள்.

சிறிது தூரம் தேடியபோது ஒரு பாழடைந்த கிணறு தென் பட்டது. கிணற்றைச் சுற்றி வந்தபோது புதர் மண்டிக் கிடந்தது. தண்ணீர்த் தாகம் எடுத்தது. கிணற்றில் இறங்கிச் செல்ல படிகள் இருந்தன. இறங்கும் போது ஒரு பாம்பு ஒரு வேரைச் சுற்றி அமர்ந்திருந்தது. அரவம் வந்தவுடன் ஓடி மறைந்தது. அந்த வேர் மண்ணில் புதைந்தும் புதையாமல் இருந்ததால் கையால் இழுக்க முடிந்தது. அது பெயர்ந்து வந்தவுடன் அந்த இடத்தில் மின்னிய வைரங்கள் கண்ணைக் கூசச் செய்தன. ●

9–ஆம் எண்

பிரபஞ்சத்தை ஆட்டிப் படைப்பது 9 என்ற எண்தான். இந்த எண்ணிலிருந்துதான் மற்ற எண்கள் தொடர்பை வளர்க்கின்றன. இவள் பிறந்த எண்ணும் 9தான். 9ஆம் எண் எல்லாமுமாகவும் சூனியமுமாகவும் ஒரே சமயத்தில் இருக்கிறது எனச் சொல்லலாம். இவளும் தன்னை அப்படியே எண்ணிக் கொள்கிறாள். எல்லாமு மாகவும் எதுவுமே இல்லாமலும். இவள் வேண்டி விரும்பியவை எல்லாமும் கூட எல்லாமுமாகவும் எதுவுமே இல்லாமலும் ஆகிவிட்டன. எல்லாவற்றையும் பெற இவள் முனையவில்லை. எதையும் பெறாமல் இருக்கவும் முனைந்திருக்கிறாள். ஆனால் இதில் 9ஆம் எண்ணின் தாக்கம் இருப்பதுதான் இவளையும் ஆட்டிப் படைத்துக் கொண்டிருக்கிறது. ஒரு முறை 9ஆம் எண்ணைக் கொண்டு பிரபஞ்சத்தின் ஒரு பகுதியை அழித்துவிட முயற்சித்தாள். அதில் பாதி பலன்தான் கிடைத்தது. அது ஒரு சோதனை முயற்சிதான் என அதைக் கைவிட்டு பிரபஞ்சம் போன்ற மற்றொரு அமைப்பை உருவாக்க முனைந்திருக்கிறாள். அதிலும் 9ஆம் எண்தான் ஆட்சி செலுத்துகிறது. ஆனால் முற்றிலும் புதிய அமைப்பாக அது உருவாகி வருகிறது. ஒரே ஒரு குறை என்னவெனில் 9ஆம் எண்ணைச் சார்ந்தவர்கள் மட்டுமே அங்குச் செல்ல முடியும். மற்றவர்கள் வெளியே தள்ளப்படுவார்கள். அங்குப் போகும் கலமும் 9ஆம் எண் போலவே இருந்தது. இவள் பயணித்தது தலைமைக் கலனில்தான். ஒரு முறை அதில் பயணித்துக் கொண்டிருக்கையில் எதிர் முகாமைச் சேர்ந்த பூஜ்யம் எண் கொண்டவர்களின் கலன் மோதிவிட்டது. அதில் 9லிருந்த சுழியும் வாலும் பிரிந்துவிட்டன. அதனால் பாதி கலன் அந்த பூஜ்யக்காரர்களின் பிரபஞ்சத்தையும் மீதிக் கலன் ஒன்றாம் எண்ணுள்ள பிரபஞ்சத்தையும் போய்ச் சேர்ந்துவிட்டன. இவள் அண்டத்தில் கரைந்து 9ஆம் எண்ணை ஆட்டிப் படைத்துக் கொண்டிருக்கிறாள்.

ஓசையின் நயம்

இளம் வயதில் அவளுக்கு ஒரு கர்வம் இருந்தது. தன் குரலைக் கேட்பவர்கள் தன்னிடம் ஆட்படுவார்கள் என்று இறுமாப்பு அடைந்தாள். அவள் குரல் ஒலித்தால் உலகத்தின் அடுத்த பக்கத்திற்குக் கேட்கும். அவ்வளவு பெரிய குரல். அந்த ஓங்கி ஒலிக்கும் குரல் பால் பேதமின்றி இருந்தது. ஆணாகவும் இல்லை. பெண்ணாகவும் இல்லை. வேறு எந்தப் பாலைச் சார்ந்தும் இல்லை. அத்தகைய பெருங்குரலில் அவள் ஒரு முறை பிரகடனம் செய்தாள். தான் விரும்பியவரை விரும்பியவாறு மணம் புரியப் போவதாகச் சொன்னாள். பல இளம் ஆண்கள் பெரும் அச்சம் கொண்டனர். அந்தக் குரலில் தாங்கள் ஒழித்துக் கட்டப்படுவோம் என அஞ்சினர். அவளும் ஒருவரைத் தேர்ந்தெடுத்தாள். அவனை மணம் புரிந்தபின் அவன் செவித்திறன் இல்லாதவன் எனத் தெரிந்துகொண்டாள். அதைப் பற்றி அவள் கவலைப்படவில்லை. ஓர் இரவு அவன் உறங்கும் போது அவள் பெருங்குரலெடுத்து அவன் பெயரை அவன் காதுகளில் ஒலித்தாள். அப்போதுதான் உறக்கம் கலைந்த அவன் உலகத்தின் ஒலிகள் மெல்லியதாகக் கேட்பதை உணரத் தொடங்கினான். அவள் மீண்டும் பெருங் குரலெடுத்து அவனை அழைத்தாள். இவ்வளவு இனிமையான மென்மையான குரலை அதுவரை தான் கேட்கவில்லையே என நினைத்துப் புளகாங்கிதம் அடைந்தான். அவள் பேசுவதைக் கேட்டுக் கொண்டிருப்பது மட்டுமே இனி தன் வாழ்நாள் முழுக்கச் செய்யவேண்டிய வேலை என நினைத்தான். அப்போது பெரும் இடியோசை முழங்கியது. அவள் காதைப் பொத்திக் கொண்டாள். உலகத்தின் இடி கூட இவ்வளவு மெல்லியதாக இனிமையானதாக ஒலிப்பது அவனுக்கு அருமையாக இருப்ப தாகச் சொன்னான். தன் குரலால் எந்தப் பயனும் இல்லை என முதல் முறையாக உணர்ந்தாள் அவள்.

பேச்சு

பள்ளி விடுமுறை என்பதால் காட்டுக்குள் இருக்கும் குன்றைப் பார்க்கக் கிளம்பினான் அவன். தன்னுடன் படிக்கும் யாரையும் அங்குக் கூட்டிச் செல்லக் கூடாது என்பதுதான் அவனது திட்டம். புதர் மண்டிய அந்தக் குன்றில் ஏறினான். அது அதிக உயரமில்லை. அதன் உச்சிக்கு வந்துவிட்டான். அந்தக் குன்றின் மேலே ஒரு துளை இருந்தது. அதற்குள் என்ன இருக்கும் என எட்டிப் பார்த்தான். அங்கே பாம்பு மனிதர்கள் ஏதோ சடங்கைச் செய்து கொண்டிருந்தார்கள். அந்தக் காட்சியிலிருந்து அவனால் கண்களை விலக்கவே முடியவில்லை. எவ்வளவு நேரம் கடந்தது எனத் தெரியாமல் அவன் அதைப் பார்த்துக் கொண்டிருந்த போது பாம்புப் பெண் ஒருத்தி இவனைப் பார்த்துவிட்டாள். இவன் அதிர்ந்து போனான். அவளுடைய பார்வை இவனுக்குள் ஊடுருவியது. அச்சத்தில் அந்த இடத்தை விட்டுத் தலைதெறிக்க ஓட்டம் பிடித்தான். வீடு வந்து சேர்ந்த பின்னும் அந்தக் கண்கள் அவனைப் பின் தொடர்ந்தன. மகனின் அச்ச முகம் கண்டு பெற்றோர் விசாரித்த போது அவனால் பேச முடியவில்லை. பெற்றோர் பல மருத்துவமனைகளுக்கும் அழைத்துச் சென்று காட்டியும் அவனைப் பேச வைக்க முடியவில்லை. முயற்சிகளைக் கைவிட்டு பேச்சுத் திறன் குறைபாடுள்ளவர்களுக்கான பள்ளியில் சேர்த்தார்கள். எப்படியோ படித்து ஏதோ ஒரு வேலைக்குப் போனான். ஆனால் அந்தக் கண்களை மீண்டும் பார்க்கவேண்டும் என்பது மட்டும் அவனுக்குள் ஆழமாக வளர்ந்திருந்தது. ஒரு விடுமுறை நாளில் மீண்டும் அந்தக் குன்றைக் காணச் சென்றான். அதே துளை வழி பார்த்த போது அதே சடங்கு நடந்து கொண்டிருந்தது. அந்தப் பெண் இவனைப் பார்த்துவிட்டாள். இவனுக்கு அச்சமாக இல்லை. இவன் சிரித்தான். அவள் இவனைத் துளை வழியாக உள்ளே இழுத்துக் கொண்டாள். இவன் அம்மா என்று அலறினான்.

மஞ்சள் பூ

உலகம் முழுக்க ஓர் அறிவிப்பு வருகிறது. துர்நாற்றம் வீசும் ஒரு பூ மலர இருக்கிறது. அது மலர்ந்தால் உலகம் அழிந்துவிடும். எனவே அந்தப் பூவின் மொட்டு இருக்கும் செடிகளை உடனடியாக அழிக்கவேண்டும் என்று கூறப்படுகிறது. மஞ்சள் நிறப் பூவான அந்தப் பூவின் மொட்டு என நினைத்து உலகத்தின் அத்தனை மஞ்சள் நிற பூச்செடிகளும் அழிக்கப் பட்டன. எந்தப் பூ மலர்ந்தாலும் அதன் வாசத்தைச் சோதித்தனர். மலரின் வாசத்திற்கு முன் வீச்சமே நினைவுக்கு வந்தது. மஞ்சள் பூ மலர்வதற்கு முன் வெள்ளை மொட்டாக இருக்கலாம் என வதந்தி பரவியது. உடனே வெள்ளைப் பூச்செடிகள் அழிக்கப் பட்டன. மஞ்சள் மட்டுமல்ல; அந்தப் பூ சிவப்பு நிறத்திலும் மலர்வதாகச் சொல்லப்பட்டது. உடனடியாக சிவப்பு பூச்செடி களும் அழிக்கப்பட்டன. அவ்வப்போது ஊதா நிறம் பற்றி சந்தேகம் எழுந்தது. அவையும் அழிக்கப்பட்டன. காடெல்லாம் தீயாய் மாறியது. வீடுகளைச் சுற்றி அனலாய் எழுந்தது. மலைகளில் அந்தப் பூக்கள் மலரலாம் என்றார்கள். மலைக்காடுகள் முழுக்க அழிக்கப்பட்டன. இனி பூச்செடிகளே இருக்கக்கூடாது என உத்தரவு பிறப்பிக்கப்பட்டது. பூக்களற்ற உலகத்தை எட்டுவது மிகவும் எளிது என்றார்கள். பூக்கள் பற்றிய தகவல்களும் அவற்றின் மீதான ஆர்வத்தைக் கிளப்பிவிடும் என அஞ் சினார்கள். அவையும் அழிக்கப்பட்டன. பூக்களையும் அவற்றின் வாசனையையும் அறியாத ஓர் பரம்பரையை உருவாக்கிவிடும் பெருமிதம் கொண்டார்கள். பூக்களைக் கண்டால் அழி என்பதே உலக வாசகமானது. பூக்களைப் போல் இருப்பவர்களும் மலர்களை நினைவுபடுத்துகிறார்கள் என குறை சொல்லப்பட்டது. பூக்களைப் போன்றவர்களின் எண்ணிக்கை குறைந்தது. பூக்கள் போன்றவர்களாகச் சிலரை எண்ணி ஒடுக்குபவர்களும் ஆபத்தானவர்கள் என்றார்கள். அவர்களின் எண்ணிக்கையும் குறைந்தது. அந்த அழிவை எண்ணியே இருப்பவர்களின் எண்ணிக்கையும் குறைந்தது. காடுகளை அழிக்க ஆட்கள் இல்லை. செடிகளை அழிப்பவர்களின் எண்ணிக்கை அருகியது. அங்கொன்றும் இங்கொன்றுமாய்ப் பூச்செடிகள் முளைத்தன. மஞ்சள் பூ மலர்ந்தது. ●

அவள்

அந்த மலைப்பாதையில் அவள் நடந்துகொண்டிருந்தாள். எதிரே வந்தவன் அவளை உற்றுப் பார்த்துவிட்டுப் போனான். அவள் தன் இறந்து போன மனைவி போலவே இருந்தது அவனுக்கு ஆச்சரியத்தையும் அதிசயத்தையும் தந்தது. தன் மனைவி தன்னைப் பொருட்படுத்தாமல் நடந்து செல்வது போல் அவனுக்குத் தோன்றியது. அவளைக் கொன்றது போல இவளையும் கொல்லவேண்டும் என்ற எண்ணத்துடன் அவளைப் பின் தொடர்ந்தான். எதிரே ஒரு வயதானவர் வந்து கொண்டிருந் தார். அந்தப் பெண்ணை நிறுத்தி அவள், தான் கொலை செய்த தன் மகள் போல் இருப்பதைக் கண்டு அதிர்ந்தார். அவளைத் தன் மகள் போல் இருப்பதாகக் கூறி தன் வீட்டுக்கு வருமாறு அழைத்தார். அவள் மறுத்துவிட்டு நடந்தாள். அந்த வயதானவர் சிறிது தூரம் திரும்பிச் சென்று விட்டு மீண்டும் அவளைப் பின் தொடர்ந்தார். எதிரில் ஒருவன் வந்தான். அந்தப் பெண்ணைப் பார்த்து அதிர்ச்சியுற்று நின்றுவிட்டான். அந்தப் பெண்ணைப் பின்தொடரும் இருவரையும் பார்த்து அந்தப் பெண்ணைப் பின்தொடர வேண்டாம் என்று எச்சரித்தான். அவளைத் தான் அறிந்திருப்பதாகக் கூறி அவர்களுடன் நடந்தான். அவள் ஒரு பிசாசு என்றும் அதனால் பின்தொடரவேண்டாம் எனத் தடுத்தான். அந்த மலைப்பாதையில் இறுதியில் உள்ள மலை உச்சிக்குக் கொண்டு சென்று தள்ளிவிட்டுவிட்டு அவள் காணாமல் சென்றுவிடுவாள் என்றான். அவர்கள் இருவரால் அதை நம்ப முடியவில்லை. அவர்கள் அவன் சொன்னதை நம்பாமல் அவளைப் பின்தொடரப் போவதாகச் சொல்லிவிட்டுச் சென்றார்கள். மலை உச்சி வந்தது. அவள் திரும்பி அவர்கள் இருவரையும் பார்த்துச் சிரித்தாள். அவர்கள் இருவரும் அவள் அருகே போனார்கள். அவள் உடனே மலை உச்சியிலிருந்து குதித்துவிட்டாள். அவர்கள் இருவரும் வேறு வழி தெரியாமல் அவளைக் காப்பாற்ற எண்ணி அங்கிருந்து குதித்தார்கள். சில நாட்களுக்குப் பின் அவள் மலைப்பாதையில் நடந்துகொண்டிருந்தாள்.

புத்தகம்

மலையிலிருக்கும் அந்தப் பாழடைந்த மாளிகைக்கு எப்படிச் செல்லவேண்டும் என ரகசியக்குழுவின் தலைவர் சொன்னதைக் கவனமாக வாங்கிக் கொண்டு அந்த இடத்திற்கு வந்து சேர்ந்துவிட்டான். இந்த மாளிகையில் இருக்கும் அந்தப் புத்தகத்தை எப்படிக் கண்டுபிடிப்பது என ஒரு முறைச் சுற்றி வந்தான். பாம்புகளும் வௌவால்களும் சிலந்தி வலைகளும் பறவைக் கூடுகளும் என அந்த மாளிகை பெரும் குப்பையாகக் காட்சி அளித்தது. அந்த மாளிகையில் இருக்கும் ஒரு சுரங்கப் பாதையை முதலில் கண்டுபிடிக்க வேண்டும் என அதைத் தேடினான். ஓர் இருட்டறையில் தரையைத் தட்டினால் ஒலி வித்தியாசமாக வந்தது. அங்குச் சுரங்கப் பாதையின் கதவு இருப் பதைப் புரிந்துகொண்டான். மெதுவாகக் குப்பைகளைக் காலால் தள்ளிவிட்டு அந்தக் கதவைத் திறந்தான். அது மிகக் குறுகிய வழியாகத் திறந்தது. அதில் இறங்கி சுரங்கத்தில் நடந்தான். எங்கிருந்தோ லேசாக வெளிச்சம் கசிந்து கொண்டிருந்தது. சுரங்கத்தின் இறுதியில் ஒரு சிறிய அறை இருந்தது. அதற்குள் நுழைய வழி மிகவும் சிறியதாக இருந்தது. அதற்குள் கையைவிட்டுத் தான் தேடிவந்த புத்தகம் இருப்பதைத் தெரிந்துகொண்டான். அதை மெதுவாக நகர்த்தி வெளியே எடுத்தான். அந்த நூலில் இருப்பதைத் தலைகீழாகப் படித்தால் அந்தச் செய்தி வேற்றுக்கிரகம் ஒன்றில் இருக்கும் கடவுளுக்குப் போய்ச் சேரும். நேராக வாசித்தால் பாதாள லோகத்தில் இருக்கும் சாத்தானுக்குப் போய்ச் சேரும். அவன் அந்தப் புத்தகத்தை எடுத்துப் பலமுறை புரட்டிப் பார்த்தான். தனக்குக் கொடுக்கப்பட்டிருக்கும் வாய்ப் பாட்டின்படி அந்தப் புத்தகத்தைத் தலைகீழாக வாசிக்கலாம் என முடிவெடுத்தான். வேகமாக வாசித்து முடித்தான். ஏற்கனவே தலைகீழாகத்தான் அது எழுதப்பட்டிருக்கும் என்பதை ரகசியக் குழுவின் தலைவர் அவனிடம் சொல்லவில்லை. எனவே அவன் நேராகத்தான் அதை வாசிக்கவேண்டும் என்பதையும் சொல்லாமல் விட்டுவிட்டதால் செய்தி சாத்தானுக்குப் போய்ச் சேர்ந்தது.

அவளும் அவனும்

அன்றுதான் அந்தக் கதையின் ஆயிரமாவது பக்கத்தை அவன் எழுதி முடித்திருந்தான். அந்தக் கதை அவன் விண்வெளிப் பயணம் போனதைப் பற்றியதுதான். அவனுடைய சுயபுராணம் என்றுகூடச் சொல்லிவிடலாம். விண்வெளியில் அவன் கண்ட காட்சிகள், கிரகங்கள், நட்சத்திரங்கள் எல்லாம் அந்தக் கதையில் இடம்பெற்றன. அவன் விண்வெளியில் அனுபவித்த ஒவ்வொரு மணித்துளியையும் கதையாக எழுத வேண்டும் என்ற வேகத்தில் அந்தக் கதையை எழுதிக் கொண்டிருந்தான். எல்லாமே நினைவில் இருந்து எழுத வேண்டியிருந்தது. எதையும் பயணத்தின் போதே பதிவு செய்ய முடியாதிருந்தான். அதனால் அந்தப் பயணத்தை மீண்டும் மேற்கொள்வது போல கதையில் பயணித்துக் கொண்டிருந்தான். முதல் அனுபவம் பற்றியே 1000 பக்கங்களை எழுதிவிட்டான். இது அவனுடைய முதல் விண்வெளிப் பயணம். முதலில் அவன் சென்றடைந்தது பூமியைப் போன்றே இருக்கும் ஒரு கிரகம். அங்கிருந்தவர்கள் பூமியைச் சேர்ந்தவர்கள் போலவே இருந்தார்கள். இவனும் அந்தப் புதிய பூமியில் மிகவும் இனிமையாக நாட்களைக் கடத்தினான். அங்கு ஒரு பெண் இவனுக்கு அறிமுகம் ஆனாள். அந்தப் பெண்ணிடம் தன்னைப் பற்றிக் கூறினான். அவளும் வேறொரு கிரகத்திலிருந்து வந்திருப்பதாகக் கூறினாள். அந்தப் புதிய பூமியில் இருக்கும் சிலரைத் தன்னுடன் அழைத்துச் செல்ல அங்கு வந்திருப்பதாக அவள் கூறினாள். தானும் அவளுடன் வருவதாகக் கூறினான். பூமியிலிருந்து வருபவர்களுக்கு தன்னிடத்தில் வாழ முடியாது என்று கூறினாள். அவள் தன்னை உருமாற்றிக் கொண்டு அந்தப் புதிய பூமிக்கு வந்திருப்பதாகச் சொன்னாள். பூமிவாசிகளுக்கு இப்படி உருமாற்றிக் கொண்டு வேறிடத்தில் வாழ்வது இன்னும் சாத்தியமில்லை என்றாள். அவளைப் போல உருமாற என்ன செய்யவேண்டும் என்று கேட்டான். அவனைப் போல அவளால் உருமாற முடியும் என்றாள். ஆனால் மீண்டும் அவன் தன் பழைய நிலைக்கு மீள முடியாது என்றாள். அதை அவன் பொருட்படுத்தவில்லை என்றான். தன்னைப் போல் உருமாறி அவளுடைய இடம் சென்று தான் எழுத நினைத்த இந்தக் கதையை எழுதினால் போதும் என்றான். அவள் அவனாக உருமாறி இந்தக் கதையை எழுதிக்கொண்டிருந்தான்/ள். ●

மயில் பெண்

மேல் பாதி பெண். கீழ் பாதி மயில். இப்படி இருக்கும் இவர்கள் மயிலின் எண்ணத்தைப் பெண்ணும் பெண்ணின் எண்ணத்தை மயிலும் வெளிப்படுத்திக் கொண்டிருந்தார்கள். அவர்களைப் போன்ற மற்ற உயிரினங்கள் ஏதும் இல்லை என்பதால் அவற்றுக்கு எனத் தனிச் சிறப்பு இருந்தது. மற்ற உயிரினங்கள் இவர்களை மதித்தன. பெண்ணுக்கு மயிலின் குரல் பிடிக்கவில்லை. இருந்தாலும் அந்தக் குரலில் பேசவேண்டியிருந்தது. மயிலுக்கு பெண்ணின் குணம் பிடிக்கவில்லை. மயில் தன் ஆட்டத்தைத் தொடர்கையில் பெண் வெறுத்தாள். அவள் பேசுகையில் மயில் வெறுத்தது. இருவரும் பிணைந்து இனி வாழ முடியாது என்ற நிலைக்கு வந்தார்கள். பெண் பிரிந்தால் அவளுடைய பாதியாக யார் இருப்பது என்ற போட்டி உருவானது. மயில் பிரிந்தால் அதற்குப் பாதியாக பல உயிரினங்கள் முன் வந்தன. இந்தப் பஞ்சாயத்தைத் தீர்க்க முருகனிடம் சென்றன. மயில் தன் பாதியாக மயிலிடமிருந்தே பெற்றுக் கொள்ளலாம். பெண்ணும் தன் பாதியாக மற்றொரு பெண்ணைப் பெற்றுக் கொள்ளலாம் எனத் தீர்ப்பளித்தான். சில நாட்கள் கழிந்தன. பெண்ணும் மயிலும் பிணைந்து இருந்த போது வந்த சண்டைகளை விட இப்போது அதிகச் சண்டைகள் வந்தன. மீண்டும் மயில் பெண்ணிடம் வந்து பழையபடி பிணைந்திருக்கலாம் என்றது. பெண்ணுக்கும் அது பிடித்திருந்தது. மீண்டும் முருகனிடம் சென்று முறையிட்டார்கள். இந்த முறை மயில் பெண்ணாகவும், பெண் மயிலாகவும் மாறிப் பிணைய முருகன் ஆணையிட்டான். மீண்டும் ஒரு போர் தொடங்கியது. ●

பொம்மை

சிறுவன் போன்றிருந்த பொம்மை உயிர் பெற்றது. அந்தப் பொம்மையை வைத்திருந்த சிறுவன் பொம்மையானான். இந்த அதிசயம் நிகழ்ந்து கொண்டிருந்தபோது சிறுவனின் தாய் ரயில் முன் பாய்ந்து இறந்து விட்டிருந்தாள். அந்தப் பொம்மை, கண்காட்சியில் கிடைத்தது. மிகவும் ஆசைப்பட்டு அந்தப் பொம்மையை வாங்கி வந்த சிறுவன் தன்னைப் போலவே உடை உடுத்தி உணவு கொடுத்துப் பழக்கிவிட்டான். பெரும்பாலும் அந்தப் பொம்மையுடனேயே நேரத்தைக் கழித்தான். உறங்கும் நேரமும் உடன் உறங்கியது பொம்மை. சிறுவனின் தாய்க்கு இது எந்த வேறுபட்ட நடத்தையாகவும் தோன்றவில்லை. சிறுவன் பள்ளிக்குச் செல்ல மறுத்து பொம்மையுடன் நேரத்தைக் கழிக்கத் தொடங்கினான். சிறுவனை உருட்டி மிரட்டி பள்ளிக்கு விரட்டினாலும், பாடங்கள் அவனுக்கு ஏறவில்லை. பொம்மையைப் பிரிந்த ஏக்கம் ஆட்டிப் படைத்தது. வீட்டில் பொம்மையுடன் பேசிப் பேசி நெருங்கிய நட்பை உருவாக்கி விட்டான். நண்பர் களை மறந்தான். வீட்டை விட்டு வெளியே போகாமல் இருப் பதையே விரும்பினான். அதை அவனது தாய் விரும்பவில்லை. மகனைத் திருத்த ஒரு நாள் பொம்மையை ஒளித்து வைத்து விட்டாள். மகன் பைத்தியமாகி அழுவதும் அலைவதும் அரற்று வதும் காணச் சகிக்காமல் போனதால் மீண்டும் பொம்மையை எடுத்துக் கொடுத்துவிட்டாள். அதன் பின் பொம்மையை ஒரு நிமிடம் கூடப் பிரியாமல் இருந்தான் சிறுவன். அவனை வழிக்குக் கொண்டு வர பொம்மையை வைத்துக் கொள்வதால் அவன் கல்வியை மறந்து சீரழிந்து போவான் என எச்சரித்தாள். அந்தப் பொம்மை அவனை எல்லா சிரமங்களிலிருந்தும் காப்பாற்றும் எனச் சொல்லியிருப்பதாகக் கூறினான் மகன். தன்னைவிட அவனுக்குப் பொம்மை முக்கியமா என்று கேட்டாள். ஆம் என்றான் மகன். நாளை தான் இருக்கப் போவதில்லை, பொம்மை அவனைக் காப்பாற்றுமா என்று கேட்டாள். ஆம் என்றான். தாய் தன்னை விட்டுச் செல்வதை எந்தச் சலனமும் இன்றி பார்த்தான். பொம்மையாக மாறிக் கொண்டிருந்தான் அவன். சிறுவனாக மாறிவிட்ட பொம்மை அவனை வைத்து விளையாடிக் கொண்டிருந்தது. ●

கிரிகோர் சம்ஸா*வுடன் ஓர் உரையாடல்

காஃப்காவின் கதையில் உருமாறிய கிரிகோர் சாம்ஸாவுடன் பேசிக் கொண்டிருந்தேன். அந்தக் கதையை விட்டு வெளியேற முடியவில்லை என்றான். பலரும் தொடர்ந்து அந்தக் கதையை வாசிப்பதால் அவர்களுக்காக அந்தக் கதையிலேயே இருக்க வேண்டியிருப்பதாகக் குறைபட்டுக் கொண்டான். பூச்சியான பிறகு வாழ்வு தரும் சிக்கலை எப்படிப் பொறுக்க முடிகிறது என்றேன். உருமாறி இருப்பது குறித்து மகிழ்வு இருப்பதால் சாத்தியமாகிறது என்றான். அவனுடைய குடும்பமே அவனை ஏற்காத போது இன்னும் என்ன நம்பிக்கையில் வாழ முடிகிறது என்றேன். யாருமற்ற உலகில் பூச்சிகள் துணை நிற்பதாகச் சொன்னான். அவர்களின் வாழ்வில் இருக்கும் சிக்கல்களைத் தெரிந்து கொள்ள தன் வாழ்வு பயன்படுவதாக எண்ணி காலத்தைக் கடத்திக் கொண்டிருப்பதாகக் கூறினான். பூச்சிகளைச் சுலபமாகக் கொன்றழித்து விடுகிறார்கள். அப்படி ஒழிக்கப் படுவோம் என்ற அச்சம் இருக்கிறதா என்றேன். மனிதனாக இருந்தால் மட்டும் என்ன எப்படியும் ஒழித்துக்கட்டி இருப்பார்கள். பூச்சியான மனிதன் என்ற வேடிக்கை பார்க்க விட்டுவைத்திருக் கிறார்கள் என்றான். எல்லோரும் பூச்சியாக உருமாறிவிட வேண்டும் என நினைக்கிறாய் என்றேன். இல்லை அப்படி ஆகிவிட்டால் மனிதனாக உருமாறுவது குறித்து யாராவது கதை எழுதிவிடுவார்கள் என்றான். பூச்சியாகி விட்டதால் மனிதக் குணாம்சங்கள் மறைந்து சுமை குறைவது போல் இருக்கிறதா என்றேன். ஆம் பூச்சிகள் சுமையற்றவை என்றான். நான் உன்னை பூச்சியாகப் பார்க்க வேண்டுமா மனிதனாகப் பார்க்க வேண்டுமா என்று கேட்டேன். நீ பூச்சியாக மாறிவிட்டால் நன்றாக இருக்கும் என எண்ணுகிறேன் என்றான். பூச்சியான பெண் குறித்து நான் ஒரு கதை எழுதலாம் என நினைக்கிறேன் என்றான். ●

---

* பிரான்ஸ் காஃப்கா எழுதிய உருமாற்றம் நாவலில் இடம்பெற்ற கிரிகோர் சாம்ஸா பாத்திரம் இங்கு மீண்டும் எடுத்தாளப்பட்டுள்ளது.

வண்டு

அவள் கை மீது காட்டு வண்டு ஒன்று வந்தமர்ந்தது. அவள் அதைத் துரத்த கை ஓங்கினாள். என்னைத் துரத்தாதே என்றது. ஏன் என்றாள். நான் காட்டில் வாழ்ந்து சலித்துவிட்டதால் நாட்டுக்கு வந்திருக்கிறேன், என்னை இங்கேயே வைத்துக் கொள் என்றது. அதை ஒரு கூடையில் போட்டு வைத்தாள். இரவு அவளிடம் வந்து காட்டிலிருந்து உனக்கு ஏதாவது பழம் எடுத்து வருகிறேன்; நாளை காலை உன்னருகில் பழம் இருக்கும் என்றது. அடுத்த நாள் அவள் கண் விழித்த போது பழத்துடன் வண்டும் அமர்ந்திருந்தது. இந்தப் பழத்தைச் சாப்பிட்டால் என்ன ஆகும் என்று கேட்டாள். தன்னைப் போல் இறக்கை முளைத்து பறக்கலாம் என்றது. அவள் இறக்கை முளைப்பதை விரும்பவில்லை. அப்படி என்றால் இந்தப் பழம் எனக்கு வேண்டாம் என்றாள். சரி நாளை வேறொரு பழம் எடுத்து வருகிறேன் என்றது. அடுத்த நாள் கொண்டு வந்த பழத்தைச் சாப்பிட்டால் என்ன ஆகும் என்று கேட்டாள். எதிர்காலத்தில் நடக்கப் போவதை முன்பே தெரிந்துகொள்ளலாம் என்றது. அதில் மயங்கி அந்தப் பழத்தை அவள் சாப்பிட்டாள். அடுத்த நாள் அவர்கள் இருக்கும் பகுதியில் ஒரு பெரிய நிலநடுக்கம் தாக்கும் என்று அவளுக்குப் புரிந்தது. இதை எல்லோரிடமும் கூறினாள். அவளுக்கு எப்படித் தெரியும் என்று கேட்க வண்டையும் அது கொடுத்தப் பழத்தையும் பற்றிக் கூறினாள். அவளுக்குப் புத்தி பேதலித்துவிட்டது எனக்கூறி மருத்துவமனையில் சேர்த்தார்கள். அவள் வண்டையும் எடுத்துப் போனாள். மருத்துவமனைக்கு வெளியே சென்று அமர்ந்து விட்டாள். மருத்துவமனைக்குள் வரப் போவதில்லை என்று கூறி விட்டாள். அடுத்த நாள் பெரிய நிலநடுக்கம் தாக்கியது. சுற்று வட்டாரத்தில் எல்லாமே அழிந்து போனது. அவள் வண்டை எடுத்துக் கொண்டு காட்டை நோக்கிப் புறப்பட்டாள்.

வாசகம்

மீண்டும் தலைக்குள் அந்த வாசகம் வந்து கொண்டே இருந்ததால் மனநல மருத்துவரைப் பார்க்கக் கிளம்பினான். மருத்துவர் அவனைச் சோதித்தார். என்ன வாசகம் வருகிறது என்று கேட்டார். இவனால் அதைச் சொல்ல முடியவில்லை என்றும் குறியீடுகளாக இருப்பதாகவும் சொன்னான். மருத்துவர் மனவசிய சோதனைக்கு உட்படுத்தினார். அப்போது அவனிடம் ஒரு தாளையும் பேனாவையும் கொடுத்து எழுத வைத்தார். அதில் அவன் கீழ்க்கண்ட வாசகத்தை எழுதினான்:

ங உயஅ உயச. யஙஉ உயஎ யஎ. உயரு உயகங

உயஅஎ யஅ. யஅச யங. யஙங யஎ உயகூ யங உயஅஉ யசங

இவை எல்லாமே தமிழ் எண்கள் என்பது மட்டும் அவருக்குப் புரிந்தது. இவற்றைக் கொண்டு அந்த வாசகத்தை எப்படிக் கண்டுபிடிப்பது என்று யோசித்து அவனை ஒரு வாரம் கழித்து வரச் சொன்னார். அந்த வாசகத்தைக் கீழ்க்கண்ட வகையில் பிரித்தார். எண்களுக்கு நேராக தமிழ் எழுத்துகளை முதலில் எழுதிக் கொண்டார். அதன் பின் அவனுடைய வாசகத்திற்கு நேராக அந்த எழுத்துகளை எழுதினார்.

ங–3–இ

உயஅ–28–வ

உயச.–24–ன் (அருகில் இருக்கும் புள்ளி அந்த எழுத்தின் புள்ளியாக இருக்கும் எனக் கருதினார்)

யஙஉ–13+2–க+ஆ–கா

உயஎ–27–ல

யஎ.–17–ப்

யஎ–17–ப

உயரு–25–ய

உயகங.–21+3ண+இ–ணி. (இங்கு உயிர்மெய்யில் முடிவதால் அந்த எழுத்தின் புள்ளியாக இருக்காது. வாசகம் முடிவதற்கான புள்ளி என நினைத்தார்)

உயஅஎ–28+7–வ+ஏ–வே

யஅ.–18–ற்

யஅச–18+4ற+உ–று

யங.–13–க்

யஙங–13+3–க+இ–கி

உயகூ–26–ர

யங–13–க

உயஅ உ–28+2–வ+ஆ–வா

யசங–14+3–ச+இ–சி

"இவன் காலப்பயணி. வேற்றுக்கிரகவாசி".

என்ற வாசகம் வந்தது. அதனைப் பார்த்தவுடன் அவனைத் தொடர்புகொண்டு தன்னால் அந்த வாசகத்தின் பொருளை அறிய முடியவில்லை என்றும் அவனை வேறு மருத்துவரை அணுகும்படியும் சொல்லித் தொடர்பைத் துண்டித்தார்.

பாம்பின் கால்

அவள் அருகே நெளியும் குளிர்ச்சியான கறுப்பும் நீலமும் கலந்த சிறுகோடுகள், புள்ளிகள், வளைவுகள் கொண்ட அந்தப் பாம்பின் தோல் அவளுக்கு மிகவும் பிடித்தது. அந்தப் பாம்பைத் தொடவேண்டும் என ஆவல் கொண்டாள். அவளை நோக்கி அது சீறியது. அவள் நகர்ந்து கொண்டாள். உன் தோல் மிகவும் அழகாக இருக்கிறது. நான் உன்னுடன் இருந்துவிடட்டுமா என்று கேட்டாள். நீ மனித இனம் உன்னுடன் நான் வாழ்ந்தால் என் இனம் என்னைச் சேர்க்காது என்றது அது. யாருக்கும் தெரியாமல் உன் புற்றுக்குள் நான் இருந்துகொள்கிறேன். உன் இனம் உறங்கும் போது பழங்களைப் பறித்து நான் உண்டுவருகிறேன் என்றாள். அவளுக்காக மனம் இரங்கி தன் புற்றில் வாழ இடம் கொடுத்தது. அடுத்த நாள் அவள் பழம் பறிக்கச் சென்றாள். அவள் வரக் காலதாமதம் ஆனது. பாம்பு பெரிதும் கவலையுறத் தொடங்கியது. தான் மனித இனத்தின் குணாம்சத்திற்கு மாறி வருவது போல் தோன்றியது. இதை உடனடியாக முடிவுக்குக் கொண்டு வர எண்ணியது. அவள் திரும்பி வரும்போது ஒரே கொத்தாகக் கொத்தி அவளைக் கொன்று விடவேண்டும் எனத் திட்டமிட்டது. அவள் பாம்புக்காக எலிகளையும் தவளைகளையும் பிடித்துக் கொண்டு வந்திருந்தாள். பாம்பால் அவளைக் கொல்ல முடிய வில்லை. அவள் நிம்மதியாக உறங்கினாள். பாம்புக்கு இருப்புக் கொள்ளவில்லை. தான் மனிதக் குணாம்சத்திற்கு மாறிக் கொண் டிருப்பது தன் இனத்திற்கு ஆகாது. தன் இனம் தன்னைப் புறக்கணிக்கப் போவதைப் பாம்பால் ஏற்க முடியவில்லை. புற்றை விட்டு வெளியே வந்தது. தூரத்தில் கீரி ஒன்று நிற்பதைப் பார்த்தது. வேகமாகச் சென்று அதன் காலடியில் விழுந்தது. ●

பொம்மைப் பெண்

அந்த வீட்டில் வேலைக்குச் சேர்ந்த நாளிலிருந்து அந்தப் பெண்ணை அங்குப் பார்த்து வருகிறான். எப்போதும் சிரித்த முகத்துடன் இருப்பாள். அவளிடம் அவன் பேசியதில்லை. அவளை அவனுக்கு மிகவும் பிடித்தது. எப்போதும் ஏதோ ஓர் இடத்தில் அமர்ந்தே இருந்தாள் அவள். ஒரு நாள் ஆள் அரவமற்றிருக்கும் போது அவளைத் தூக்கிச் சென்றுவிட வேண்டும் என முடிவெடுத்தான். ஒரு குதிரையை அமர்த்திக் கொண்டு ஒரு நாள் இரவு அவள் வீட்டுக்கு வந்தான். வீடே அமைதியாக இருந்தது. அவள் படியில் அமர்ந்திருந்தாள். அவள் வாயைப் பொத்தி அப்படியே தூக்கிக் கொண்டு குதிரை மீது தாவி ஏறினான். அவள் பஞ்சு போல் எடை இன்றி இருந்தாள். அவன் தூக்கி வரும் போது எந்த எதிர்ப்பையும் அவள் காட்ட வில்லை. அவளுக்கும் தன்னைப் பிடித்திருக்கிறது என்றெண்ணி உற்சாகமாகக் குதிரையை வேகமாகச் செலுத்தினான். ஊரைத் தாண்டி வரும் போது விடிந்துவிட்டிருந்தது. அவன் மீது அவள் சாய்ந்து அமர்ந்திருந்தாள். அவன் குதிரையை விட்டு இறங்கி ஓர் ஆலமரத்தடியில் அவளைத் தூக்கி அமர வைத்தான். அதே புன்னகையுடன் இருந்தாள். அவளிடம் பேசத் தொடங்கினான். அவள் எந்த எதிர்வினையையும் காட்டவில்லை. அவளைப் பிடித்து உலுக்கினான். அவள் பொம்மையாய்ச் சரிந்தாள்.

கொலை

அவன் இன்னும் ஓர் ஆறு மாதங்களில் கொலை செய்யப் படுவான் என அவனுடைய குரு சொல்லிவிட்டார். அதுவும் ஒரு சிறுமியின் கையால் கொலை நடக்கும் என்பதையும் கூறியிருந்தார். ஆறு மாதம் பாதுகாப்பாக இருக்கப் பெரிய கோட்டை மதில் சுவர் உள்ள வீட்டைப் பார்த்துக் குடியேறினான். அந்த மதிலைத் தொட்டால் எச்சரிக்கை மணி ஒலிக்கும்படி செய்தான். அந்தச் சுவரில் ஓரிரு சிறிய துளைகளை இட்டான். பெரும்பாலும் அவன் வீட்டுக்கு யாரும் வருவதில்லை. ஆடு, மாடு போன்ற விலங்குகள் மட்டும் அந்த மதிலின் வாசலைத் தாண்ட முயற்சி செய்யும். அவை வாசலுக்குள் வராமல் இருக்கக் கம்பி வேலி அமைத்து அதில் மின்சாரம் பொருத்தி வைத்தான். ஒரு துப்பாக்கியை எப்போதும் இடுப்பில் செருகி வைத்திருந்தான். மின்சாரம் இல்லாத நேரத்தில் வேலியைத் தாண்டும் விலங்கு களைத் துப்பாக்கியால் கொன்றுவிடுவான். மதில் பக்கத்தில் யாராவது நடமாடுவது போல் ஒலி கேட்டால் அதில் இருக்கும் துளைகளில் துப்பாக்கியை வைத்துச் சுட்டு விடுவான். ஆறு மாதங்கள் கடந்தன. ஒரு நாள் அவன் வீட்டின் நிலவறையில் தூங்கிக் கொண்டிருந்தான். அப்போது ஒரு சிறுமி அந்த வீட்டின் வாசலில் வந்து நின்றாள். மின்சாரம் இல்லாததால் வாசலைத் தாண்டினாள். வீட்டைச் சுற்றி வந்தாள். வீட்டில் யார் இருக்கி றார்கள் என்று அறிய ஆவல் கொண்டாள். பின்கதவைத் திறந்தாள்; அது திறந்தது கொண்டது. யாருமற்ற அந்தப் பெரிய வீட்டில் வெளியே வைக்கப்பட்டிருந்தத் துப்பாக்கியை எடுத்தாள். அது தன் பொம்மைத் துப்பாக்கி போலவே இருப்பதைக் கண்டு ஆச்சரியமடைந்தாள். வீட்டின் அடிப்பகுதிக்குப் போவதற்கான படிக்கட்டுகள் இருப்பதைப் பார்த்து அதில் இறங்கினாள். அங்கு அவன் தூங்கிக் கொண்டிருந்த அறையில் நுழைந்தாள். அவன் உறங்குவதைப் பார்த்து அவனுடன் விளையாடுவதற்காக அந்தத் துப்பாக்கியை எடுத்து அவனை நோக்கிக் குறிபார்த்து இயக்கினாள்.

கடவுளான கலிவர்*

கலிவர் ஓர் அழகான நகரத்தை நிர்மாணிக்கப் பல தீவுகளைத் தேடிச் சென்றார். ஓர் அருமையான தீவைக் கண்டு அதில் தான் நினைத்தவாறு ஒரு நகரத்தைக் கட்டமைத்தார். அதில் புழங்கு வதற்கு வேற்றுக்கிரகத்திலிருந்து இரண்டு அங்குல உயரமான மனிதர்களை வரவழைத்தார். அவர்கள் மிகவும் மகிழ்ச்சியாக அந்தத் தீவில் வாழ்ந்து வந்தனர். கலிவரைக் கண்டு அச்சமும் வியப்பும் அடைந்தனர். அத்தனை பெரிய உருவம் கொண்ட உயிரினம் அவர்களுக்குப் புதிய அனுபவத்தைக் கொடுத்தது. அவர்களுக்குள் கலந்து பேசி பலத் திட்டங்களைத் தீட்டினர். இவ்வளவு பெரிய உயிரினம் தங்களை நன்றாக வைத்திருந்தாலும் எல்லா நேரத்திலும் அதே போல் அது இருக்கும் என எதிர்பார்க்க முடியாது என அவர்கள் எண்ணினர். மேலும் காத்தலும் அழித்தலும் ஒரே கடவுளுக்குரிய செயல்பாடாக இருக்கலாம் என அவர்களின் மூத்தவர்கள் கூறினர். தங்கள் இனத்தில் கடவுளாவதற்கு உரியதான உத்திகளில் சிலவற்றைக் கூறினர். தங்கள் கிரகத்திலிருந்து எடுத்து வந்த வேரை உண்ணக் கொடுத்தால் அந்த உயிரினம் கல்லாக மாறிவிடும். அதன் பிறகு அதனைக் கடவுளாக வணங்கலாம் என்றனர். அவர்கள் இனத்தில் இப்படித்தான் கல்லாகும் பல கடவுள்கள் அருள் பாலிப்பதாக உறுதி கூறினர். இதனால் கலிவரைக் கொன்றுவிட்ட குற்ற உணர்ச்சி வந்து சேராது என்றும் அவர்கள் தெரிவித்தனர். அந்த வகையில் கலிவருக்கு வேரை உண்ணுவதற்காக எடுத்து வந்து அது தங்கள் இனத்தின் அமிர்தம் என்றும் அவர்களின் இனத்திற்கு கலிவர் செய்த நன்மைக்குப் பதிலாகப் பரிசாக அளிப்பதாகவும் கூறி அவருக்கு உண்ணக் கொடுத்தனர். கலிவரும் அதை மகிழ்ச்சியாக உண்டார். சில மணித்துளிகளில் கலிவர் கல்லாகச் சமைந்தார். கடவுளான கலிவருக்கு வேற்றுக் கிரகவாசிகள் மந்திரங்கள் கூறி விழுந்து வணங்கினர்.

---

* ஜோனாதன் ஸ்விப்ட் எழுதிய கலிவர் பயணங்கள் கதையில் வந்த கதாபாத்திரமான கலிவர் இங்கு மீண்டும் எடுத்தாளப்பட்டுள்ளது.

கனவுக்குள் புகுதல்

அவளிடம் பேச முடியவில்லை. எந்தச் செய்தியையும் அவளுக்கு அனுப்ப முடியவில்லை. அவளைப் பார்க்காமலே இத்தனை நாட்கள் மூளை அலைவரிசையில் பேசிக்கொண்டு வந்திருக்கிறேன். இப்போது அது போதாது என்று தோன்றிவிட்டது. அவள் இல்லாமல் வாழ முடியாது என உறுதியாகத் தோன்றுகிறது. எப்படி அவளிடம் இத்தனையும் சொல்வது. நீண்ட நேர யோசனைக்குப் பின் அவள் கனவில் புகுந்து சொல்லிவிடுவது என முடிவெடுத்தேன். இரவு வெகு நேரம் விழித்திருந்து நள்ளிரவு தாண்டிய பின் அவள் கனவுக்குள் புகுந்தேன். முதலில் அவள் என்னை அடையாளம் காணவில்லை. பின்பு புரிந்துகொண்டாள். கனவில் என் உருவம் வேறு மாதிரி இருப்பதாகச் சொன்னாள். என் எண்ணத்தில் இருக்கும் எல்லாவற்றையும் கொட்டினேன். அவள் சிரித்துக் கொண்டாள். அவளால் இதற்கு எதுவும் செய்யமுடியாது என்றாள். ஏதாவது ஒரு தீர்வு கிடைத்தால் எனக்கு ஆறுதல் கிடைக்கும் என்றேன். தினம் அவள் கனவில் நான் வரலாம் என்றாள். அது எனக்கு உகந்ததாகப்பட்டது. அவள் எண்ணத்தை என் சார்பாக மாற்ற இதுவே சரியான உத்தி என முடிவெடுத்தேன். ஒவ்வொரு நாளும் ஒரு செய்தியைக் கனவில் சொல்லலாம் என நினைத்தேன். ஒரு நாள் என் பலவீனத்தைக் கூறி அவளிடம் கருணையைப் பெற முயன்றேன். அடுத்த நாள் என் பலத்தைக் கூறி அவளிடம் பெருமிதம் கொண்டேன். அடுத்த நாள் அதே போல கனவில் மட்டுமே சந்திப்பதில் இருக்கும் சிக்கலைக் கூறினேன். என் சிக்கலை அவள் புரிந்து கொண்டு என் கனவில் அவள் வருவதாகச் சொன்னாள். அடுத்த நாள் நான் காத்திருந்தேன். அவள் என் கனவில் வரவில்லை. அதற்கடுத்த நாள் என் கனவில் அவள் வந்தாள். முந்தைய நாள் தன் கனவில் வேறொருவர் வந்ததாகக் கூறினாள். ●

சமையல்

அவள் பல விதமான சமையல் வகைகளைச் செய்வதில் பெயர் பெற்றவள். என்னை வீட்டுக்கு அழைத்திருந்தாள். இதுவரை நான் பார்த்தேயிராத பல உணவு வகைகளைச் செய்து வைத்திருந்தாள். இந்த உணவு வகைகளைச் செய்ய அவளே காட்டுக்குச் சென்று பல வகையான காய், கனிகளைப் பறித்துக் கொண்டு வந்ததாகச் சொன்னாள். அந்த உணவு வகைகளின் நிறமும் மணமும் அருமையாக இருந்தன. அவற்றைப் பரிமாறிக் கொண்டே ஒவ்வொரு காய்கறி குறித்தும் சொல்லிக் கொண்டே வந்தாள். அதில் ஒன்று முட நோயைக் குணமாக்கும் எனவும் கரடிக்கு மிகவும் பிடித்த காய் அது என்றும் கூறினாள். மற்றொரு கனி நோய்களைத் தீர்க்கும் என்றாள். அது நரிக்குப் பிடித்தது என்றாள். இன்னொன்று ரத்தத்தை அடர்த்தியாக்க விடாதாம். அது யானைக்குப் பிடித்தது என்றும் கூறினாள். இதே போல பல காய், கனிகளைக் குறித்தும் சொன்னாள். இந்த உணவு வகைகளைத் தயாரிக்க அவள் பல காட்சி ஊடகங்கள் பார்ப்பது, நூல்களைப் படிப்பது என்று நேரத்தைச் செலவழித்ததாகக் கூறினாள். எப்படியாவது வித்தியாசமான சமையல் கலை நிபுணர் ஆவது மட்டுமே அவளுடைய இலக்கு என்று கூறினாள். அவற்றின் ருசி நாக்குக்குப் பழக்கப்படாத ஒன்றாக இருந்தது. ஒரு கட்டத்தில் உண்ணவே இயலாத அளவுக்குத் துவர்ப்பும், கசப்பும் கலந்து விஷம் போல் மாறிவிட்டது. அதைச் சொன்னால் அவள் வருந்துவாள் என்பதால் அமைதியாக இருந்து விட்டேன். தன் சமையல் திறமை குறித்து என் கருத்தை ஆவலுடன் எதிர்பார்த்தாள். உலகத்திலுள்ள எல்லா நாட்டுக்காரர்களுக்கும் உகந்த சமையலைச் செய்யக் கற்றுக் கொண்டுவிட்டதாகப் பெருமிதம் தெரிவித்தாள். அடுத்து ஒரு வகை இருப்பதாகவும் அதை யாரிடமும் இது வரை கூறியதில்லை என்றும் என்னிடம் மட்டும் ரகசியமாகச் சொல்வதாகத் தெரிவித்தாள். ஓர் இரவு

என்ன சமைக்கலாம் என யோசித்துக் கொண்டிருந்த போது ஒரு வேற்றுக்கிரகவாசி ஒரு புதிய வகை சமையலைச் சொல்லியதாகவும், அதைச் சர்வதேச சமையல் போட்டி ஒன்றில் செய்து அசத்தப் போவதாகவும் பெருமையுடன் கூறினாள். தன்னுடைய இலட்சியமே அந்தச் சமையல் வகையைச் சாப்பிட்டவர்கள் அது போன்ற உணவை உண்டதில்லை, இனி உண்ணப் போவதும் இல்லை எனச் சொல்லிவிட்டுச் சாக வேண்டும். அதைத் தான் பார்க்க வேண்டும் என்றும் கூறிவிட்டு அதைத்தான் எனக்குச் சமைத்துக் கொடுத்ததாகவும் தன் சமையல் எப்படி இருந்தது என்றும் கேட்டாள். இது போன்ற உணவை உண்டதில்லை; இனி உண்ணப் போவதும் இல்லை என்றேன்.

நட்சத்திரம்

அவளும் அவள் பொம்மையும் முதல் முறையாக அந்த அழகான நட்சத்திரத்தைப் பார்த்தனர். அப்போதிலிருந்து அந்த நட்சத்திரத்திற்குச் செல்ல வேண்டும் என முடிவெடுத்தனர். அவள் தன் பொம்மையிடம் அதற்கான வழி ஏதாவது இருக்கிறதா எனக் கேட்டாள். பொம்மை, கடினமான நூல் ஏணியைக் கட்டி நட்சத்திரம் வரை போய்வரலாம் என்றது. அவளும் பொம்மையும் இணைந்து நூல் ஏணியைக் கட்டத் தொடங்கினார்கள். மிக உயரமாக இருக்கவேண்டும் என்றது பொம்மை. பல நாட்களாக அதைக் கட்டி முடித்தார்கள். அதில் ஏறத் தொடங்கினார்கள். நடுவில் அவர்களுக்குப் பயம் வந்தது. இங்கிருந்து விழுந்துவிட்டால் என்ன செய்வது என்று இவள் கேட்டதற்கு பொம்மை அவளுக்குத் துணிச்சல் தந்து ஏறவைத்தது. அந்த நட்சத்திரத்தை அடைந்த பின் நடக்கப் போவதை மட்டும் சிந்திக்கச் சொல்லி பொம்மை தைரியம் கொடுத்தது. எப்படியோ ஒரு வழியாக இருவரும் அந்த நட்சத்திரத்தை அடைந்தார்கள். அவர்கள் எதிர்பார்த்தது போலவே அது ஒரு சொர்க்கம் போல் இருந்தது. அங்குத் தின்பண்டங்களும், விளையாட்டுப் பொருட்களும், நீரூற்றுகளும் நிரம்பிக் காணப்பட்டன. அவர்கள் இருவரும் அங்குப் பெரு மகிழ்வுடன் கழித்தார்கள். சில நாட்கள் கழிந்த பின் அந்த நட்சத்திரத்தின் உரிமையாளரான அசுர விலங்கு அங்கு வந்துவிட்டது. அவர்கள் இருவரையும் கண்டு கோபமடைந்த அந்த விலங்கு அவர்கள் இருவரையும் உண்ணப் போவதாகச் சொன்னது. பொம்மை அந்த விலங்கிடம் நாங்கள் இருவரும் பாடுபட்டு இங்கு வந்திருக்கிறோம் எங்களை எங்கள் இடத்திற்கு அனுப்பிவிட்டால் நன்றியுடன் இருப்போம் என்றது. அவர்கள் இருவரும் அங்கு வந்ததற்கு என்ன தண்டனை தருவது என்று விலங்கு கேட்டது. பொம்மை தங்கள் இடத்திற்கு வந்து தேவையானதை எடுத்துச் செல்லுமாறு கூறியது. விலங்கும் அதற்கு ஒப்புக் கொண்டது. அவர்கள் இருவரும் தங்கள் இடத்திற்கு மீண்டு வந்தார்கள். உடன் விலங்கும் வந்தது. அவர்கள் இடத்தில் பசி, பிணி, பட்டினி என்ற நரகத்தின் அத்தனைக் காட்சிகளையும் கண்ட விலங்கு அவளையும், பொம்மையையும் தன் நட்சத்திரத்திற்கு அனுப்பிவிட்டு அவர்கள் இடத்திலேயே தங்கிவிட்டது.

குழந்தை*

காலையில் இருந்தே அவனுடன் அவளுக்குச் சண்டை தொடங்கி விட்டிருந்தது. இந்த ஒரு மாதக் குழந்தையை வைத்துக் கொண்டு அவள் படும் அவஸ்தை சொல்லி மாளாததாக இருந்தது. அவனுக்குக் குடி மட்டுமே விருப்பமான ஒன்றாக மாறிவிட்டிருந்தது. அவள் இனி ஏதாவது வேலைக்குப் போனால்தான் குடும்பத்தை நகர்த்த முடியும் என்ற நிலை ஏற்பட்டுவிட்டது. இந்தக் குழந்தையை வைத்துக் கொண்டு வேலைக்கும் போவது சிரமம். இதை எங்கேயும் விட முடியாத சூழல் வேறு அவளை அலைக்கழித்தது. அவன் மயங்கி உறங்குவதைப் பார்க்கும் போது தலையில் கல்லைப் போட்டுக் கொன்றுவிடலாம் போல் இருந்தது. அமைதியாக யோசித்தாள். அவன் எழுந்து மறுபடியும் குடித்துவிட்டு வரக் கிளம்பினான். அவள் எதுவும் பேசாமல் அமைதியாக இருந்தாள். அவன் புறப்படுகையில் இனி அவனை வீட்டுக்கு வரவேண்டாம் என்றாள். அவளை ஓங்கி அறைந்தான். அவள் சுருண்டு படுத்துவிட்டாள். இரவு அவன் சாலையில் அடிபட்டு விபத்தில் இறந்துவிட்டதாக யாரோ வந்து சொன்னார்கள். இவள் எந்தச் சிந்தனையும் இல்லாமல் மௌனமாக அமர்ந்திருந்தாள். விடிந்து சில மணி நேரங்கள் ஆன பின்தான் அவள் அமர்ந்திருந்த இடத்தை விட்டு எழுந்தாள். குழந்தையைக் கையில் எடுத்து ஒரு முறை ஆழமாகப் பார்த்தாள். அவள் வீடு மூன்றாவது மாடியில் இருந்தது. கொஞ்சம் சிதிலமடைந்த குடியிருப்பு அது. சிறிய பால்கனி ஒன்றிருந்தது. அதை நோக்கிக் குழந்தையுடன் நடந்தாள். சுற்றிப் பார்த்தாள். யாரும் இல்லை என்பதை உறுதி செய்துவிட்டு குழந்தையைத் தூக்கி வீசினாள். அது பெரிய ஒலி எதுவும் எழுப்பாமலேயே விழுந்து இறந்து போனது. கீழே இறங்கி வந்து குப்பை அள்ளும் வண்டியில் குழந்தையைத் தூக்கிப் போட்டுக் கொண்டு நடந்தாள்.

* 5ஆம் வகுப்புப் படிக்கையில் பள்ளிக்குச் செல்லும் சாலையில் இருந்த வீட்டில் ஒரு கைக்குழந்தையை அதன் தாய் தூக்கி வீசிக் கொன்றதை நேரில் பார்த்ததன் நினைவாக எழுதிய கதை இது.

பயணம்

அந்தக் கடற்கரையில் அழகான பறக்கும் தட்டு ஒன்று வந்து இறங்கியது. அதிலிருந்து ஒளியைப் போன்ற ஒரு பெண் இறங்கினாள். அவள் கையில் கண்ணைப் பறிக்கும் நிறத்தில் ஒரு பெட்டி வைத்திருந்தாள். அவளைக் கண்டவர்கள் அசையாமல் அதே இடத்தில் நின்றுவிட்டிருந்தார்கள். அந்தக் கிரகத்தின் ஆயுள் முடிவடைய இருப்பதால் அங்கிருப்பவர்களைக் காப்பாற்ற வந்திருப்பதாகச் சொன்னாள். அதனால் அங்கிருப்பவர்களை மூன்று வகையாகப் பிரித்திருப்பதாகவும் அவர்களை வேறு மூன்று கிரகங்களுக்கு அனுப்பிவிடப் போவதாகவும் சொன்னாள். முதல் பிரிவு உள்ளுணர்வு மூலம் எதையும் புரிந்துகொண்டு அதற்கு ஏற்ப நடந்து கொள்பவர்கள். இரண்டாவது பிரிவு உள்ளுணர்வில் எதையும் புரிந்துகொள்ளாதவர்கள். மூன்றாவது பிரிவினர் உள்ளுணர்வில் புரிந்துகொண்டாலும் அதற்கு எதிராக நடந்து கொள்பவர்கள். இப்படிப் பிரிக்கப்பட்டதில் உள்ளுணர்வால் இயங்குபவர்கள் பெருமகிழ்ச்சி அடைந்தார்கள். அந்த மூன்று பிரிவினரையும் கொண்டு செல்ல மூன்று விண்கலன்கள் வந்திறங்கின. மூன்று பிரிவினரும் அவர்களுக்கு உரிய விண்கலன்களில் ஏறிக்கொண்டனர். அந்தப் பெண் தன் கண்கவர் நிறப்பெட்டியைத் திறந்து அந்த விண்கலன்கள் செல்லும் பாதையைக் குறித்துக் கொண்டாள். விண்கலன்கள் கிளம்பின. முதலாம் பிரிவான உள்ளுணர்வால் இயங்குபவர்கள் தங்கள் இலக்கை அடைந்தார்கள். இரண்டாம் பிரிவினர் இலக்கு எது என்று அறியாமல் விண்வெளியில் சுற்றிச் சுற்றி வந்து கொண்டிருந்தனர். மூன்றாம் பிரிவினர் அவர்களைக் கடக்கும் போது அவர்கள் போகும் திசைக்கு எதிர்த் திசையில் போகும்படி அறிவுரை கூறிவிட்டுச் சென்றார்கள். மூன்றாம் பிரிவினர் ஒரு முறை விண்வெளியைச் சுற்றி விட்டு மீண்டும் தங்கள் கிரகத்திற்கே வந்துசேர்ந்துவிட்டனர். அவர்கள் இரண்டாம் பிரிவினர் மீது பரிதாபப்பட்டனர். மேலும் அவர்கள் முதலாம் பிரிவினர் கடும் போராட்டத்தை அடைவார்கள் என்று சாப மிட்டனர். இந்த வகையான மூடநம்பிக்கைகளை நம்பக்கூடாது என்றும் எது நடந்தாலும் துணிச்சலாகச் சமாளிக்கத் தெரிந்தவர்களாக இருக்கவேண்டும் என்றும் கூறிக்கொண்டார்கள். இலக்கு எது என்று தெரிந்தும் அதை அடையவிடாத அதில் ஒரு குழுவை மற்றொரு குழு கடுமையாகச் சாடியது. அதனால் பெரிய போர் வெடித்தது. அந்தக் கிரகத்தை அழிக்கும் ஆயுதத்தை அவர்களில் ஒரு குழு பிரயோகித்தது.

தேள்

மகனுக்கு உடல்நிலை சரியில்லை. மூளையில் கட்டி என்று சொல்லிவிட்டார்கள் அறுவை சிகிச்சைக்குப் பின் என்ன ஆகும் என மருத்துவர்கள் உறுதி கூறவில்லை. எனக்கிருந்த ஒரே துணை முருகன்தான். அவனிடம் முறையிட்டேன். எந்தச் சலனமும் இல்லை. எந்தப் பிரச்னையாக இருந்தாலும் அது தீர்க்கப்படும் என்பதற்கு முருகன் ஏதாவது அறிகுறியைத் தருவான். இது வரை எந்த அறிகுறியும் தென்படவில்லை. முருகனுக்கு விருப்பமிருந்தால் நலம் பெறட்டும் இல்லை எனில் முருகன் விருப்பத்தை ஏற்கலாம் என முடிவு செய்துவிட்டேன். அறுவை சிகிச்சைக்கு ஒரு வாரத்திற்கு முன் மகனிடம் ஏதோ ஒரு மாற்றம் தென்பட்டது. இது நல்லதா கெட்டதா எனத் தெரியவில்லை. பொறுமையாக இருந்து என்ன நடக்கிறது என்று பார்க்கலாம் என நினைத்தேன். கடைசியாக ஒரு முறை ஆய்வுக்கு மகனை அழைத்துச் சென்றார்கள். கட்டி இன்னும் சிறியதாகிவிட்டது எனவும் அறுவை சிகிச்சை தேவை இல்லை எனவும் கூறி மருந்து மட்டும் கொடுத்து அனுப்பிவிட்டார்கள். முருகனின் திருவிளையாடல் எனப் புரிந்துகொண்டேன். இது எப்படி நடந்திருக்கும் எனும் ஆவல் அடக்க முடியாததாக இருந்தது. அபாயத்திலிருந்து காக்கப் பட்டிருப்பதை நம்ப முடியவில்லை. இதை யோசித்துக் கொண்டே வெளியே பார்த்த போது ஒரு ஸ்கார்ப்பியோ வண்டி வந்து நின்றது. அதன் முன் பகுதியில் ஒரு வேல் நிறுத்தப் பட்டிருந்தது. வேலின் தண்டு சிவப்பு நிறத்தில் இருந்தது. அந்த நேரத்தில் அடித்த ஒளி அது வேறு பல பொருள்களையும் தந்தது. தேளின் கொடுக்குப் பதிவதற்கு முன் வேலால் அது நசுக்கப் பட்டிருக்கிறது என்பதாக அதைப் புரிந்துகொண்டேன். ●

பறவை

இந்த ஓடுதான் சிறைப்படுத்தி வைத்திருக்கிறது. இதிலிருந்து வெளியே வர இந்த முட்டையை உடைக்கவேண்டும். அதன் பின் இதிலிருந்து பறந்து போய்விடலாம். யாராவது இதை உடைத்து நம்மை வெளியே எடுத்தால் பெரும் ஆசுவாசமாக இருக்கும். இப்படி எல்லாம் அந்தச் சிறுபறவை எண்ணிக் கொண்டிருந்த போது முட்டை உடைந்தது. வெளியே அந்தப் பறவை எதிர்பார்க்காத வகையில் ஒரு கழுகு அமர்ந்திருந்தது. அந்தச் சிறுபறவையைத் தூக்கிச் செல்லும் ஆக்ரோஷம் அதனிடம் இருந்தது. அந்தச் சிறுபறவை, கழுகிடம் தன்னை விட்டுவிடக் கெஞ்சியது. கழுகு அதற்கு ஈடாக அது வளர்ந்த பிறகு இடும் முட்டைகள் அனைத்தையும் தனக்கே தரவேண்டும் என்றது. உயிர் பிழைப்பதற்காக அதற்கு ஒத்துக் கொண்டது சிறுபறவை. வளர்ந்த பின் அந்தக் கழுகைச் சந்திக்கக்கூடாது என எண்ணிக் கொண்டது. வளர்ந்துவிட்ட அந்தச் சிறுபறவை தன் கூட்டில் முட்டை இட்டு வைத்திருப்பதைக் கழுகு அறிந்துகொண்டு அங்கு வந்தது. இதைப் பார்த்துவிட்ட அந்தச் சிறுபறவை கழுகை விரட்ட பாம்பிடம் சென்று தன்னைக் கழுகிடமிருந்து காப்பாற்ற மன்றாடியது. அதற்குப் பாம்பும் முட்டைகள் வேண்டும் என்று கேட்டது. பறவையும் ஒத்துக் கொண்டது. கழுகும் பாம்பும் சண்டையிட்டன. அப்போது சிறுபறவை தன் முட்டைகளைக் கொண்டு போய் மலை உச்சியில் வைத்தது. மீண்டும் அவற்றிடம் சிக்காமல் இருக்க மலைப் பொந்தில் வாழ்ந்து வந்தது. அங்கிருந்து பார்த்த போது இனி தன் உலகம் இப்படித் தனிமையான ஒன்றாக இருந்துவிடும் என்பதைப் புரிந்துகொண்டு பறவை பெரும் துயரத்தில் வீழ்ந்தது. வாழ்வதற்காக என்னன்ன மலினமான நடத்தையைத் தான் மேற்கொள்ள வேண்டியிருந்தது என எண்ணி வருந்தியது. உடனே முட்டைகளை எடுத்துக் கொண்டு போய்க் கழுகிற்கும் பாம்பிற்கும் பிரித்துக் கொடுத்து விட்டு மலை உச்சிக்கு வந்து கீழே பாய்ந்து இறந்தது.

மேற்கோள்

என்னிடம் சண்டை போட்டுக் கொண்டு போவான். குடித்து விட்டு வந்து தூங்குவான். வழக்கம் போல் காலையில் அலுவலகம் கிளம்பி விடுவான். தினம் வழமையாக நடக்கும் இது அவனுக்குச் சலிப்பைத் தரவில்லையா என்று ஒரு நாள் கேட்டேன். ஆம் என்றான். இனிமேல் சண்டை போட்டாலும் வேறு ஏதாவது புதுமை யாகச் செய்யலாம் என சொல்லிவிட்டுப் போனான். அலுவலகம் போய் ஒரு தத்துவவாதியின் கீழ்க்கண்ட மேற்கோளை அனுப்பினான்:

"இருவருக்கு இடையில் இணக்கம் என்பது இணக்கமின்மைக்கான அச்சத்திலிருந்து வருவது. இதில் இணக்கம் என்பதில் அன்பு, பாசம் போன்ற பெயரிடப்படாத பல உணர்வுகளைப் பொதித்து வைப்பதன் மூலம் இணக்கமின்மை வெடித்துவிடுகிறது. அன்பின்மை, வெறுப்பு, துயரம் போன்ற பல எதிர்மறை உணர்வுகள் குடியேறி விடுகின்றன. இணக்கமும் இணக்கமின்மையும் ஒரே பொருளைத்தான் கொண்டிருக்கின்றன. இதுதான் சலிப்புக்கு அடிப்படையாகிறது. இணக்கமும் சலிப்பைத் தருகிறது. இணக்கமின்மையும் அவ்வாறே. இதில் சலிப்பின்றி இருப்பது குறித்தத் தேடல் மறைகையில் வாழ்வின் சுமை கூடிவிடுகிறது. அதை அடுத்தவர் தலைமேல் போட்டுவிடுவதே குறிக்கோளாக இருப்பதால் போர் மூளுகிறது. இதில் சமாதானமும் சலிப்பின் ஒரு வடிவம்தான். போரில் இருக்கும் சுவை சமாதானத்தில் இருப்ப தில்லை. போர் உருவாகிவிடும் அல்லது போரை உருவாக்கவேண்டும் என்பதில் உள்ளார்ந்து ஏற்படும் கிளர்ச்சிக்கு நிகர் ஏதுமிருப்பதில்லை. அதை அனுபவிக்கத்தான் சலிப்பை அதிகப்படுத்த முனைகிறோம். போர் அபின் போன்றது. அந்த மயக்கம் தரும் போதைக்காக எவ்வளவு சலிப்பையும் தாங்குகிறோம். பால், சாதி, மத, இன வேறுபாடு எல்லாம் முக்கியமல்ல. தொடர்ந்து சலிப்படைந்து போரிடுகிறோம். போரைக் கைவிட்டு அங்குக் குடியேறிவிடும் சலிப்பை வெளியேற்ற எந்த ஆயுதமும் இல்லை. போரும் இன்றி, சலிப்பும் இன்றி இருப்பதுதான் முக்தி நிலை. அது ஒருவருக்கு வாழ்நாளில் எதற்குத் தேவை? எனவே போரிடலாம் சலிப்படைய. சலிப்படையலாம் மீண்டும் போரைத் தொடங்க..."

இப்படித் தினம் ஒன்றைப் புதுமையாகச் செய்து நாம் இணக்கமும் இணக்கமின்மையும் கொள்ளலாம் என்றும் ஒரு செய்தியை அனுப்பியிருந்தான். இந்தப் புதுமைக்குச் சண்டையே பரவாயில்லை என்று தோன்றியது.

கப்பல்

மழை நீர் ஆறாக ஓடியதைப் பார்த்து சிறுமிக்கு உற்சாகம் கரை புரண்டது. உடனடியாக ஒரு தாளை எடுத்துப் படகு ஒன்றைச் செய்து அந்தத் தண்ணீரில் விட்டாள். அது மிதந்து போனது. உடன் அவளும் சென்றாள். சிறிது தூரம் போனவுடன் படகு பெரிதானது. இன்னும் கொஞ்சம் தூரத்தில் சிறுமி அமரும் அளவுக்குப் பெரிதானது. அதில் அமர்ந்தாள் சிறுமி. இன்னும் சற்றுத் தொலைவில் பெரிய படகானது. கடலில் போய்ச் சேரும் இடத்தில் பெரிய கப்பலானது. சிறுமி பெரும் ஆனந்தம் அடைந்தாள். கப்பல் நல்ல வேகத்தில் போய்க் கொண்டிருந்தது. தொலைவில் ஒரு தீவு தெரிந்தது. அந்தத் தீவுக்குப் போகலாமா எனச் சிறுமி நினைத்தாள். கப்பல் அங்குச் சென்று நின்றது. சிறுமி கப்பலை விட்டு இறங்கித் தீவுக்குள் சென்று பார்த்தாள். இனிமையான பழங்கள் மரங்களில் தொங்கிக் கொண்டிருந்தன. அவற்றைப் பறித்து உண்டுவிட்டு பயணத்தைத் தொடர்ந்தாள். மற்றொரு தீவு தூரத்தில் தெரிந்தது. அங்குப் போனாள். அங்குப் பெரும் பாம்புகள் ஊறிச் சென்றுகொண்டிருந்தன. பயந்து வந்து கப்பலில் ஏறிக் கொண்டாள். அவள் வேகமாக மற்றொரு தீவுக்குப் போனாள். அங்கு வெகு உயரமான மனிதர்கள் இருப்பது தூரத்திலிருந்து தெரிந்ததால் அங்குப் போகவேண்டாம் என நினைத்தாள். அதற்குள் அங்கு உள்ளவர்கள் இவளைத் துரத்தி வரத் தொடங்கினார்கள். இவள் அச்சமுற்று அமர்ந்திருக்க ஓர் உயரமான மனிதன் ஒரே பாய்ச்சலில் இவளைத் தூக்கி அந்தத் தீவில் போட்டுவிடுகிறான். கப்பல் அங்கேயே நின்று விடுகிறது. அவர்களைப் பார்த்து விட்டுச் செல்பவர்களை அவர்கள் விட்டுவைப்பதில்லை என்று அந்த உயரமான மனிதர்கள் சொல்கிறார்கள். அவளை எரியும் தழலில் வீச எத்தனிக்கிறார்கள். அவள் அலறி தான் தெரியாமல் வந்துவிட்டதையும் கப்பல் வளர்ந்த கதையையும் சொல்கிறாள். அந்தக் கப்பலைப் பார்க்க வரும் ஓர் உயரமான மனிதன் அந்தக் கப்பலைத் தொட்டவுடன் குள்ளமான மனிதனாகிவிடுகிறான். இதைக் கண்ட மற்றவர்கள் சிறுமி ஏதோ மாயாஜாலம் செய்பவள் எனக் கருதி அவளை அந்தக் கப்பலில் ஏற்றி அனுப்பிவைத்து விடுகிறார்கள். கப்பல் வேகமெடுத்து போகும் போது கடற்கொள்ளையர்கள் சுற்றி வளைக்கிறார்கள். அப்போது கப்பலின் மேல் பகுதியில் ஒரு பறவை

வந்து ஓர் ஓலையைப் போட்டுவிட்டுப் போகிறது. அதை எடுத்துப் படிக்கும்போது அந்தக் கப்பலின் அடிப்பகுதியில் ஒரு சிறிய பெட்டியும் அதற்கான சாவியும் இருப்பதாகவும் அந்தப் பெட்டியைத் திறந்தால் அந்தக் கடற்கொள்ளையர்கள் திசைமாறிச் சென்றுவிடுவார்கள் என்றும் எழுதியிருக்கிறது. சிறுமி உடனே கப்பலின் அடிப்பகுதிக்குச் சென்று அந்தப் பெட்டியைத் திறக்கிறாள். அதே போல் கடற்கொள்ளையர்கள் காணாமல் போகிறார்கள். இத்தனை அற்புதங்களையும் பார்த்த சிறுமி தன் வீட்டுக்குச் செல்லவேண்டும் என நினைக்கிறாள். மீண்டும் அவள் இடம் நோக்கி கப்பல் விரைந்தது. கடல் வரை கப்பலாகவும் அதனைத் தாண்டியவுடன் படகாகவும் அளவு குறைந்தது. வீட்டின் அருகே வந்தவுடன் சிறுமி செய்த சிறிய படகாக மாறியது. சிறுமி தன் வீடு சென்று நிம்மதியாக உறங்கினாள். ●

அம்பலாதன் வரலாறு

இது பல நூறாண்டுகளுக்கு முன் நடந்த கதை. அம்பலாதன் எனும் தச்சன் தன் குல தெய்வத்திற்குக் கோயில் கட்டி அங்கு உயர்வகை எட்டி மரத்தை நட விரும்பினான். அந்தக் குலதெய்வம் அவனுடைய கனவில் வந்து பல ஆயிரம் கஜங்களுக்கு அப்பால் இருக்கும் எட்டி மரத்தைக் காட்டி அதன் விதையை எடுத்துவந்து வளர்க்குமாறு சொல்லிவிட்டதால் அந்த இடத்திற்குச் செல்லப் பயணப்பட்டான். அவனுக்குச் சித்த மருத்துவமும் பல மொழிகளும் தெரியும். தான் கனவில் கண்ட அந்த மரம் இருக்கும் வனத்தை எப்படியோ தேடிக் கண்டுபிடித்துவிட்டான். அங்கு இருந்தவர்கள் ஒரு மரத்திற்காக ஊர் விட்டு ஊர் வந்திருக்கும் அம்பலாதனை விநோதமாகப் பார்த்தனர். அந்த ஊரில் சில நாள் தங்கியிருந்த அவன் அங்குப் பல நோயாளிகளை மூலிகை மருந்தைக் கொடுத்துக் குணப்படுத்தினான். இவன் வருகையையும் அதன் நோக்கத்தையும் இவனுடைய மருத்துவ அறிவையும் குறித்து அரசனிடம் சிலர் போய்ச் சொல்லியிருக்கி றார்கள். அரசன் அவனை அழைத்து வரச் சொல்லி நீண்ட நாட்களாக நோய்வாய்ப் பட்டிருந்த தன் மகளைக் குணப்படுத்தி னால் அவன் நினைத்தது நடக்கும் என கூறுகிறான். அரசனின் மகள் திருமண ஏக்கம் கொண்டு நோய்வாய்ப் பட்டிருப்பதைப் புரிந்துகொண்ட அம்பலாதன் அவளுக்குத் திருமணம் செய்து வைக்கச் சொல்லுகிறான். அரசன் அவனையே அவளுக்குத் திருமணம் செய்துவைத்து அவள் உடல்நலம் தேறுகிறாளா என்று பார்க்க முடிவு செய்கிறான். ஆனால் அம்பலாதனுக்கு தன் ஊரில் தான் கட்டி வரும் கோயிலும் அதில் வைத்து வளர்க்கப் போகும் எட்டி மரம் மட்டுமே கவனத்தில் இருந்தது. அரசனிடம் தன் நிலையைக் கூறினான். தன் நாட்டிலிருந்து எந்தப் பொருளையும் யாருக்கும் தான் தருவதாக இல்லை என்றும் தன் மகளைத் திருமணம் புரியாமல் அவன் அங்கிருந்து போக முடியாது என்றும் அப்படிச் செய்தால் அவனைச் சிறை வைக்க வேண்டியிருக்கும் என்றும் கூறிவிட்டான். அவனுக்கும் வேறு வழியில்லாமல் திருமணம் புரிந்தான். ஆனால் ஒரு நாள் தன் ஊருக்கு எப்படியும் சென்று விடவேண்டும் எனத் தீர்மானத்தில் இருந்தான். ஓர் இரவு எல்லோரும் தூங்கும் போது அந்தக் காட்டிற்குச் சென்று அந்த எட்டி மரத்தின் விதைகளை எடுத்துக்

கொண்டு தன் ஊருக்குப் பயணப்பட்டுவிட்டான். காலையில் அம்பலாதனைக் காணாத அரசன் அவன் எங்கிருந்தாலும் அவனைக் கொன்றுவிட உத்தரவிட்டான். அவனுடைய ஆட்கள் அம்பலாதனைத் தேடிக் கொண்டு புறப்பட்டனர். அம்பலாதன் ஊர் வந்து சேர்ந்தான். தனக்குத் திருமணம் நடந்ததையோ மற்ற எந்த அனுபவங்களையுமோ யாரிடமும் கூறாமல் தன் கோயில் வேலைகளைத் தொடர்ந்தான். அங்கு எட்டி விதைகளைப் போட்டு வைத்தான். ஒரு வருடம் கழிந்திருக்கும் மரம் வளர்ந்து விட்டிருந்தது. அவனும் கோயிலை நல்ல முறையில் பராமரித்து வந்தான். அரசனின் ஆட்கள் அவன் எப்படியும் எட்டிமரத்தை எடுத்து வந்திருப்பான் என்பதை மட்டும் தெரிந்து வைத்திருந்தனர். அவர்கள் அவன் கோயிலில் வளர்ந்திருந்த எட்டி மரத்தைப் பார்த்தனர். அது அவனுடையதுதான் என்று புரிந்து கொண்டனர். எட்டி மரத்தின் வேரைப் பார்த்தனர். ஒன்று வடக்கு நோக்கி வளர்ந்திருந்தது. அதை மட்டும் வெட்டி ஒரு மாந்திரீகனிடம் கொடுத்து அம்பாலதனுக்குச் செய்வினை வைக்கச் சொல்லி வற்புறுத்தினர். அவனும் செய்வினை வைத்தான். அம்பலாதன் பித்துப் பிடித்து அந்த மரத்தை வெட்டிவிட்டு கோயில் கிணற்றில் பாய்ந்து இறந்து போனான். ●

மாயப்பெண்

மலையில் தேன் எடுக்க அவன் வந்திருந்தான். அடர்த்தியான காட்டில் தேனடைகளைப் பார்த்து அவற்றைச் சாக்கில் நிரப்பிக் கொண்டிருந்தான். அப்போது அவன் ஏறியிருந்த மரத்தின் அடியில் ஒரு பெண் துள்ளிக் குதித்து ஓடி மறைந்தாள். அவன் இந்தப் பூலோகத்தில் அப்படி ஒரு பெண்ணைப் பார்த்ததில்லை. அந்தப் பெண்ணைத் தேடிப் பார்க்க முடிவு செய்தான். அந்த மலை முழுக்கத் தேடிப் பார்த்தான். அங்கு யாரும் இல்லை. அந்தப் பெண் எப்படி அங்கு வர முடியும் என பல முறை யோசித்துப் பார்த்தான். தான் பார்த்த காட்சி உண்மையா பொய்யா எனவும் பல முறை சிந்தித்தான். இருந்தாலும் அவளை மறக்கவே முடியாமல் திணறினான். இருந்தாலும் இறுதியாக ஒரு முறை குகைகளில் தேடி விடலாம் என வேகமெடுத்து ஓடினான். சோர்ந்து போய் ஒரு குகையின் வாசலில் படுத்தான். அதன் பக்கத்தில் யாரோ ஓடுவது போல் ஒலி கேட்க அமைதியாகச் சுற்றிப் பார்த்தான். புதரின் மறைவில் இரு கண்கள் தெரிந்தன. மெதுவாகப் பதுங்கி அந்தப் புதரின் மறைவில் இருந்ததை இரு கைகளால் தாவிப் பிடித்தான். அது ஓர் அழகான மான் குட்டி. இத்தனை நேரம் தான் மான் குட்டியைத்தான் தேடினோமா என்று சலித்துக் கொண்டான். இருந்தாலும் அந்த மான் குட்டியைத் தூக்கிப் பார்த்த போது அதை வளர்க்கலாமா என்று நினைத்தான். அது அவனிடம் ஒட்டிக் கொண்டது. அதைத் தடவிப் பார்த்து தோளில் வைத்துக் கொண்டான். சூரியன் மறையும் நேரம் வந்துவிட்டதால் காட்டை விட்டுச் செல்ல வேண்டும் என்று புறப்பட்டான். மானிலிருந்து பிரிந்த பெண் அவன் செல்வதைப் பார்த்து புன்னகைத்து மறைந்தாள். ●

சொல்

தினம் ஒரு சொல் அவளுக்கு ஏதோ ஒரு தொடர்பிலிருந்து வந்து சேரும். அது எப்படி அவள் வாழ்க்கையோடு பொருள் கொடுப்பதாக இருக்கிறது என்று தேடிக் கண்டுபிடிப்பாள். அப்போது மற்றொரு சொல் வந்து சேர்ந்துவிடும். அவளால் சில சொற்கள் எப்படி பொருள் கொடுக்கும் என அறிந்துகொள்ள முடியாமல் போயிருக்கிறது. இந்தச் சொற்கள் வருவது நின்று போகுமோ என சில சமயங்களில் அவள் அச்சப்பட்டிருக்கிறாள். ஏனெனில் அவற்றின் பொருளைக் கொண்டுதான் அவளுக்கு என்ன நடக்கவிருக்கிறது எனப் பல முறை அறிந்து கொண்டிருக் கிறாள். அன்று வந்த சொல்லின் பொருள் பூனை என்றிருந்தது. பூனை போல் பதுங்க வேண்டுமோ எனவும் இரவில் கண் விழித்து பகலில் தூங்க வேண்டுமோ எனவும் பலவாறு குழம்பி பூனை மீது வைக்கும் பிரியத்தைத் தவிர்க்க வேண்டும் என்ற பொருளைத் தேர்ந்தெடுத்துக் கொண்டாள். அடுத்த நாள் எலி என்ற பொருள்படும் சொல் வந்தது. பூனை எலியைப் பிடிக்க வரும் என்ற பொருள் பொருத்தமாக இருந்தது. அடுத்த நாள் பால் என்ற சொல் வந்தது. பூனைக்குப் பால் ஊற்றினால் எலியைப் பிடிக்கத் தெம்பிருக்கும் எனப் பொருளை வளர்த்தாள். அடுத்த நாள் பொறி என்ற சொல் வந்தது. பூனை எலியைப் பிடிக்காவிட்டால் பொறி வைத்துப் பிடிக்கலாம் எனச் சமாதான மடைந்தாள். அடுத்த நாள், இரவு என்ற சொல் வந்தது. பூனை எலியை இரவு பிடிக்கலாம் என எண்ணிக் கொண்டாள். அடுத்த நாள் இருள் என்ற சொல் வந்தது. பூனைக்கு இருளில் கண்கள் நன்றாகத் தெரிவது போல் எல்லா நேரத்திலும் விழிப்புடன் இருக்கவேண்டும் எனப் புரிந்துகொண்டாள். அடுத்த நாள் தோல்வி என்ற பொருள்படும்படி ஒரு சொல் வந்தது. பூனை எலியைப் பிடிக்க முடியாமல் தோற்றுவிட்டது என எண்ணிக் கொண்டாள். அடுத்த நாள், சாவு என்ற சொல் வந்தது. பூனை சாகுமோ எலி சாகுமோ என்ற யோசனையிலேயே இருந்தாள். இரவு கடும் இருளில் பூனை போல் பதுங்கி அவள் வீட்டுக்கு வந்தவன் அவளைக் கொன்றுவிட்டு மரணம் என எழுதிவிட்டுச் சென்றான். ●

அரசி

அன்றைய விமானப் பயணம் எப்படி அமையுமோ என எண்ணிக் கொண்டேதான் இருக்கையில் அவள் அமர்ந்தாள். விமானம் கிளம்பி அரை மணி நேரம் ஆகியிருந்தது. அவள் ஜன்னலுக்கு வெளியே ஒரு பெரிய மேகக் கூட்டமும் அதற்கு நடுவே ஒரு சிறிய அண்டம் ஒன்றும் தெரிந்தது. அதில் கூர்மையாகப் பார்த்தால் இவளின் நிழலை ஒத்த ஒரு பெண் ஆட்சி செய்து கொண்டிருந்தாள். இவளின் நிழலைக் கேட்டு அந்த அண்டம் நடந்து கொண்டிருந்தது. அந்த அண்டத்தை நகர்த்தலும் மேகக் கூட்டத்தைப் பாதுகாப்பாகத் திரளச் செய்தலும் அவளுடைய முதன்மையான வேலைகளாக இருந்தன. அங்கிருந்தவர்கள் அவளின் திறமையான வழிநடத்தலைக் கண்டு அகமகிழ்ந்திருந்தனர். இதை விடப் பெரிய அண்டம் கிடைக்குமோ என அங்கிருப்பவர்கள் கேட்டுக் கொண்டிருந்தனர். அதற்கு நிழலாக இருக்கும் அரசி நிஜமாக அங்கு வரவேண்டும் என்று அசரீரி வந்தது. அப்படி அரசி இங்கு நிஜமாக வந்துவிட்டால் பெரிய அண்டங்களை நோக்கி நாம் நகரலாம் என்று அங்கிருந்தவர்கள் ஏக்கம் கொண்டனர். அது எப்போது நடக்கும் என்று அவர்கள் பொறுமையின்றி கேட்டனர். இன்னும் சில மணித்துளிகளில் அது நடக்கும் என அசரீரி கேட்டது. அப்போது அவர்கள் எழுப்பிய கரவொலி அந்த அண்டத்தையே பிளப்பதாக இருந்தது. அந்தக் கணத்தில் அந்த அண்டத்தின் நிழலாக இருந்த அரசி நிஜமாக வந்து சேர்ந்தாள்.

மேக வெடிப்பில் சிக்கி விமானம் விபத்துக்குள்ளானது. அதிலிருந்தவர்கள் அனைவரும் உயிரிழந்தனர்.

கை

அன்று காலை வீட்டை விட்டு வெளியே வந்தவுடன் சாலையில் யாரோ ஒருவருடைய பாதி கை துண்டிக்கப்பட்டு கிடந்ததைப் பார்த்தேன். அதிர்ச்சி அடைந்து உடனே வீட்டுக்குச் சென்று கதவை மூடிக்கொண்டேன். ஒரே குழப்பமாக இருந்தது. யாருடைய கையாக இருக்கும். அணிந்திருந்த உடையுடன் அந்தக் கை வெட்டுப்பட்டிருந்தது. காவல் துறையில் புகார் அளித்தால் வீணான வம்பு வந்து சேருமே என்ற எண்ணம் மேலோங்கியது. பலரும் கவனித்திருப்பார்கள் நாம் மட்டும் ஏன் சொல்லவேண்டும் என்று தோன்றியது. அந்தக் கைக்கு உரியவன் இறந்து விட்டிருப் பான் என எண்ணி சங்கடமாக இருந்தது. வீட்டுக்கு மேலே சென்று என்ன ஆகிறது என்று பார்க்கலாம் என நினைத்தேன். சாலையில் நான் பார்த்த போதிருந்த பாதி கை இப்போது முழுக் கையாக வளர்ந்திருந்தது. என் கண்களுக்கு மயக்கம் வந்துவிட்டது என எண்ணிக் கீழே வந்துவிட்டேன். இருந்தாலும் ஆர்வமிகுதியால் மீண்டும் போய்ப் பார்த்தேன். கை மட்டுமல்ல; தோளும் வளர்த் திருந்தது. அத்துடன் உடையும் இருந்தது. இது எப்படி நடக்கும் எனச் சிறிது நேரம் அங்கேயே நின்று பார்த்தேன். எந்த மாற்றமும் இல்லை. கீழே போய்விட்டு சில மணி நேரங்கள் கழித்து வந்து பார்த்தேன். உடலின் மேல் பாகம் முழுக்க வந்துவிட்டிருந்தது. இன்னும் சில மணி நேரங்களில் கீழ் பாகமும் வளர்ந்து விட்டிருந்தது. நான் பார்க்கும் போது வளராத உடல் பார்க்காத போது எப்படி வளர்கிறது என ஆச்சரியமாக இருந்தது. கொஞ்ச நேரம் கழித்துப் போய்ப் பார்த்தேன். முழு உடலும் வளர்ந்து விட்டிருந்து. அவன் அங்கே தூங்குவது போல் படுத்திருந்தான். அருகில் செல்லத் தயங்கி மெதுவாகச் சென்றேன். அவன் எதுவுமே நடக்காதது போல் எழுந்து அமர்ந்திருந்தான். அவனிடம் சென்று விசாரிக்கப் போனேன். அவன் மணி என்ன என்று கேட்டான். ●

யானை

சுள்ளி பொறுக்குவதற்காக அந்தக் காட்டிற்கு வந்தேன். முந்தைய நாள் மழையில் எல்லா இடமும் இன்றும் ஈரமாகவே இருந்தது. அப்போது சட்டென்று ஒரு பள்ளத்தில் தவறி விழுந்துவிட்டேன். மேலே ஏறவே முடியவில்லை. தூரத்திலிருந்து ஒரு யானை அருகே வந்து நின்றது. அதனிடம் கையைக் காட்டி மேலே இழுக்கச் சொன்னேன். அது எவ்வளவோ முயன்று பார்த்தும் முடியவில்லை. சிறிது நேரம் அருகில் நின்ற யானை கொஞ்சம் தொலைவில் சென்று சிறுசிறு கற்களைப் பொறுக்கி எடுத்து வந்து பள்ளத்தில் போட்டது. ஓரளவு பள்ளம் நிரம்பியது. அடுத்த நாளும் கடும் மழை பொழிந்தது. யானை என்னருகிலேயே நின்று தும்பிக்கையில் என் கையைப் பிடித்துக் கொண்டது. பள்ளத்தில் நீர் நிரம்பியது. மீண்டும் யானை என்னை இழுத்துப் பார்த்தும் முடியவில்லை. அருகில் நின்ற யானை பக்கத்தில் ஏதோ தேடி ஒரு விதையை என் தலை மீது போட்டது. பழங் களையும், கிழங்குகளையும் பறித்து வந்து எனக்கு உண்ணக் கொடுத்தது. அருகிலிருந்து ஓடையிலிருந்து தண்ணீரைக் கொண்டு வந்து குடிக்கக் கொடுத்தது. என் தலை மீதும் தண்ணீரை ஊற்றியது. சில நாட்கள் அந்தப் பள்ளத்திலேயே யானையின் பராமரிப்பில் இருந்தேன். தலையில் செடி வளர்ந்திருந்தது. மெல்லிய வேர்கள் தலையிலிருந்து கீழே பரவிக் கொண்டிருந்தன. மேலும் சில நாட்கள் ஒரு சிறிய மரமாக அது வளர்ந்து விட்டிருந்தது. எப்படியோ யானை கொடுக்கும் பழம், கிழங்கு போன்றவற்றை உண்டும் நீரைப் பருகியும் காலத்தைப் போக்கிக் கொண்டிருந்தேன். இரவும் பகலும் யானை அருகிலேயே நின்றிருந்தது. சில நாட்களில் மரம் பெரிதாக வளர்ந்து விட்டிருந்தது. ஒரு நாள் யானை அந்த மரத்தை வேருடன் சாய்த்தது. அப்போது நானும் அந்த வேருடன் வெளியே வந்தேன். யானை என்னைத் தூக்கி வெளியே போட்டது.

பானை

தோழிகள் இருவரும் பானைகளைச் செய்யும் தொழில் செய்து வந்தார்கள். ஒருத்தியின் பானைகள் மிக அழகாக நேர்த்தியாக இருந்ததால் அதிக விலைபோயின. மற்றொருத்திக்கு இது நெருடலையும் மன உளைச்சலையும் தந்தது. தன்னுடைய பானைகளும் குறையின்றித் தான் இருக்கின்றன. ஆனால் ஏன் விலை போவதில்லை எனக் கவலை கொண்டாள். தன் பானையின் நேர்த்தியின்மையை ஒரு நாள் தோழி சுட்டிக்காட்டினாள். அதிலிருந்து அவளைப் பார்ப்பதையும் அவளுடன் பேசுவதையும் நிறுத்தினாள். ஒரு மாந்திரீகனிடம் சென்று தனக்குப் போட்டியாகத் தன் தோழி செய்து வரும் பானைத் தொழிலை இனி அவள் செய்யவே கூடாது எனவும் அதற்காக ஏதாவது ஒரு சூனியம் செய்யவேண்டும் எனவும் கேட்டுக் கொண்டாள். மாந்திரீகன் அவளிடம் ஒரு பானையைக் கொடுத்து பானையில் தினம் தண்ணீர் ஊற்றி வர வேண்டும். அதை உடையாமல் பாதுகாக்கவேண்டும். உடைந்தாலோ தண்ணீர் ஊற்றாமல் இருந்தாலோ அவள் செய்யும் தொழில் நாசமாகிவிடும் எனக் கூறினான். அவளும் அதை ஏற்று பத்திரமாக வைத்து தண்ணீர் ஊற்றி வந்தாள். சில நாட்களிலேயே அவளுடையத் தோழியின் பானைகள் எல்லாம் உடைந்து போயின. அவளால் விற்பனைக்குக் கொண்டு செல்ல முடியவில்லை. அவள் வீட்டில் முடங்கினாள். அவள் ஒரு பூனையை வீட்டில் வளர்த்து வந்தாள். அதனிடம் தன் தொழில் நலிந்து போய் விட்டதைக் கூறி அழுதாள். இதைக் கேட்டப் பூனை சமயம் பார்த்துக் காத்திருந்தது. தன் உரிமையாளரின் கண்களில் கண்ணீர் வடியச் செய்தவள் வீட்டை விட்டு எப்போது வெளியே கிளம்புவாள் என்று பார்த்துக் கொண்டிருந்தது. ஒரு நாள் அவள் பானை செய்ய மண் வாங்க வெளியே கிளம்பினாள். அப்போது அவள் வீட்டுக்குப் போய் மாந்திரீகன் கொடுத்த பானையை உருட்டி வெளியே போட்டுவிட்டு அந்த இடத்தில் வேறு ஒரு பானையை வைத்தது. மாந்திரீகனின் பானையையும் உடைத்துப் போட்டுவிட்டு வந்துவிட்டது. அடுத்தநாள் வழக்கம் போல் மாந்திரீகனின் பானை என எண்ணி அங்கிருந்த பானையில் தண்ணீரை ஊற்றினாள். அவள் செய்து வைத்த பானைகள் எல்லாம் கீழே விழுந்து உடைந்தன.

குறுவாள்

அவனிடம் மிகச்சிறிய குறுவாள் ஒன்று இருந்தது. பழைய இரும்புக் கடை ஒன்றில் அது கிடைத்தது. அதன் அழகில் சொக்கி அவன் அதை வாங்கிக் கொண்டான். அதன் முனையில் விஷம் தோய்த்து உறையில் வைத்துக் கொண்டு அவ்வப்போது பணம் தேவைப்பட்டால் கூட்ட நெரிசலில் புகுந்து யாராவது ஒருவரை அவர் அறியாமல் குத்திவிட்டு அவரிடம் இருக்கும் பணத்தை எடுத்துக் கொண்டு தப்பிவிடுவான். இப்படிச் செய்வதில் பணத்திற்காக இந்தக் கொலைகளைச் செய்தான் என்பதைவிட அந்தக் குறுவாளை வாகாகப் பயன்படுத்த முடிவதை எண்ணி இன்பம் அடைவதை நோக்கமாகக் கொண்டு தான் அவற்றைச் செய்தான். பணம் கையில் கிடைத்தவுடன் திரைப்படம் பார்க்கச் சென்று விடுவான். அன்று அப்படி ஒரு கொலையைச் செய்துவிட்டுத் திரைப்படம் பார்க்கத் திரை யரங்கத்தில் வந்தமர்ந்தான். இடுப்பில் குறுவாள் இருக்கிறதா என அடிக்கடித் தொட்டுத் தொட்டுப் பார்த்துக் கொண்டான். திரைப்படம் தொடங்கியது. அதில் வந்த கதாநாயகன் இவன் வைத்திருக்கும் அதே போன்ற குறுவாள் கொண்டு இவனைப் போலவே கூட்ட நெரிசலில் ஒருவரைக் கொலைச் செய்தான். அடுத்தடுத்து இவனைப் போலவே அதே வரிசையில் கொலைகள் நடந்து கொண்டிருந்தன. ஒரு கட்டத்தில் இருக்கையின் விளிம்பில் அமர்ந்திருந்த இவன் எழுந்து, தான் அந்தக் கொலை களைச் செய்யவில்லை எனக் கூச்சலிடத் தொடங்கினான். அருகில் இருந்தவர்கள் அவனைப் பிடித்து இழுத்து இருக்கையில் அமர வைத்தனர். அவனுக்குக் கண்ணீர் ஆறாய்ப் பெருகியது. திரையில் அடுத்து நடக்கப் போவதுதான் தனக்கும் நடக்கும் என்ற எதிர்பார்ப்பில் திரையை உற்று நோக்கினான். திரையில் கதாநாயகன் திரைப்படம் பார்க்கப் போய் அமர்ந்திருந்தான். அவன் குறுவாள் நழுவிக் கீழே விழுகிறது. அதைக் கவ்விய பெரிய எலி அவனுடைய ஒரு காலில் விஷமேறிய அந்தக் குறு வாளைக் குத்திவிட்டு ஓடி மறைகிறது. இருக்கையிலேயே அந்தக் கதாநாயகன் சாய்ந்து விடுகிறான். தன்னுடைய குறுவாள் இருக் கிறதா எனத் தொட்டுப் பார்த்தான். அது காணாமல் போய் விட்டிருந்தது.

பரமார்த்த குரு*வின் சீடன் குருவானபோது

பராமார்த்த குருவுக்கு ஐந்து சீடர்கள் இருந்தனர். அவர்களில் ஒருவன் மட்டி. அவன் தன்னுடைய குருவை விட அதிக ஞானம் பெற்று விட்டதாகக் கருதினான். அதனால் தன் போக்கில் தனி மடத்தைத் தொடங்கி சீடர்களைச் சேர்த்தான் மட்டி. சந்தேகம் கேட்க வந்த பொது மக்களுக்கு ஆலோசனை கூறத் தொடங்கினான். அவனுடைய இறந்து போன பெற்றோர் அவனுக்குத் துணை நிற்பதாகக் கூறிக் கொண்டான். அவனுடைய சீடன் ஒருவன் ஒரு சந்தேகத்தை எழுப்பினான். ஏன் ஒருவருடைய முகம் கண்ணாடியில் பிரதிபலிக்கையில் எதிராகத் தெரிகிறது நேராகத் தெரிவதில்லை என்றான். மட்டி அதற்குக் கண்ணாடியைத் திருப்பி வைத்துப் பார்த்தால் நேராகிவிடும் என்று விடை கூறிவிட்டான். கண்ணாடிக்குள் செல்ல முடியுமா என்று மற்றொரு சீடன் கேட்டான். செல்லலாம் அதற்கு நம் உடல் கண்ணாடி போல் ஆகவேண்டும் என்றான் மட்டி. கண்ணாடி பிம்பத்தை உடைத்தாலும் நாம் ஏன் உடைவதில்லை என்றான் வேறொருவன். கண்ணாடி பிம்பத்தை உடைத்தால் பல நூறாகப் பெருகும் நம்மால் பெருக முடியாது என்றான் மட்டி. எல்லா கண்ணாடிகளும் ஒரே மாதிரியான பிம்பத்தைக் காட்டுவதில்லையே ஏன் என்றான் ஒரு சீடன். எல்லா நேரத்திலும் நாம் ஒரே மாதிரியாக இருப்பதில்லை என்றான் மட்டி. கண்ணாடி முன் நாம் நிற்கும் போது நம்மை மட்டுமே அது ஏன் பிரதிபலிக்கிறது, நாம் நினைப்பவற்றை ஏன் பிரதிபலிப்பதில்லை என்று கேட்டு குருவை மடக்கி விட்டதாக மகிழ்ந்தான் ஒரு சீடன். அப்படி நினைப்பவற்றைக் காட்டினால் நாம் மறுத்துவிடுவோம் எனக் கண்ணாடிக்குத் தெரியும் என்றான் மட்டி. நீங்கள் கண்ணாடியா என்று கேட்டான் ஒரு சீடன். நாம் அன்றாடம் நம்முடைய கண்ணாடிகளாகத்தான் இருக்கிறோம் என்றான் மட்டி. ஆனால் உங்களைப் பார்த்தால் நான் ஏன் தெரிவதில்லை என்றான் சீடன். நான்தான் நீ என்றான் மட்டி.

---

* வீரமாமுனிவர் எழுதிய பரமார்த்த குரு கதையின் பாத்திரங்கள் இங்கு மீண்டும் எடுத்தாளப்படுகின்றன.

எழுத்தாளரைக் கொல்வது

நீங்கள் வாழ்ந்திருப்பது அவனுக்குத் தெரியும். நீங்கள் தொடர்ந்து கதைகளை எழுதி பலரையும் அதில் வாழ வைக்கிறீர்கள் என்பதால் உங்கள் வாழ்க்கை பாதுகாப்பானதல்ல. அவன் இது போன்ற உங்களின் கற்பனையைத்தான் ரசிப்பதில்லை. ஒரு நாள் நீங்கள் அவனால் கொல்லப்படுவீர்கள். இது எச்சரிக்கை அல்ல. நடக்கப் போவது. உண்மையானது. ஏன் கொல்லப்படுவீர்கள் எனத் தெரியுமா? நீங்கள் கண்ட மனிதர்களின் குணாம்சங்களைப் பற்றிப் படைப்பதால் கொல்லப்படுவீர்கள். பாத்திரங்களைப் படைப்பதாகச் சொல்லிக் கொண்டு உங்களையே படைத்துவிட்டு பாத்திரங்களுக்கும் அதற்கும் எந்தத் தொடர்பும் இல்லை என்பது போல் காட்டிக் கொள்வதால் நீங்கள் கொல்லப்பட வேண்டியவர் ஆகிறீர்கள். உங்கள் கதைகள் உண்மை சம்பவங்களைப் போலச் செய்தவை என்பதால் அவற்றை நீங்கள் கட்டுப்படுத்துவதாக எண்ணுவதன் காரணமாக நீங்கள் சாகவேண்டியவர். எழுத்தாளராக இருப்பது அடுத்தவர்களின் மூளையில் ஏதோ ஒரு தேவையற்ற குப்பையைச் சேகரிப்பதுதான் என்பதை ஒரு நாளும் உணராமல் இருந்ததற்காக நீங்கள் கொல்லப்படுவீர்கள். உங்களை வாசிக்கும் அப்பாவிகள் உங்கள் கதைகளை அவர்களுக்கு ஏற்றது போல் எழுதிக் கொள்கிறார்கள். அதற்குப் பொறுப்பெடுக்காமல் இருந்ததற்காகக் கொல்லப்படுவீர்கள். உங்களை விட உங்களுடைய வாசகர்கள்தான் உங்கள் கதைக்குப் பொருள் சேர்க்கிறார்கள் என்பதை உணராமல் நீங்கள் இருந்ததற்காகக் கொல்லப்படப் போகிறீர்கள். உங்கள் வாசகர் உங்களை வாசிக்கும் போதே உங்களைப் பாதி கொலை செய்து விட்டதை நீங்கள் அறியாமல் இருந்ததற்காகவும் இனிமேல் எழுத்தாளராகவே இருக்கப் போவதாகப் பிடிவாதம் பிடித்ததற்காகவும் உங்கள் வாசகனான அவனால் நீங்கள் கொல்லப்பட்டீர்கள். ●

கோழி

அவன் ஒரு கோழி வளர்த்து வந்தான். அது மற்ற எந்தக் கோழிகளுடனும் சேராமல் இருந்தது. அதன் போக்கில் ஏதோ மாற்றம் தெரிந்ததைக் கண்டு அதைத் தொடர்ந்து கவனித்து வந்தான். இரவில் அது காட்டுக்கு மேயச் சென்றது. காலையில் இவன் வீட்டுக்கு வந்துவிடும். இரவில் அது டைனோசர் போல் மாறி மற்ற விலங்குகளை வேட்டையாடுவதாக ஒரு செய்தி ஊருக்குள் பரவியது. இவனுக்கு அது அதிர்ச்சியையும் ஆச்சரியத்தையும் அளித்தது. ஒரு நாள் இரவு ஒரு மூட்டையில் சாணியை எடுத்துக் கொண்டு கோழியின் பின்னால் பதுங்கிப் பதுங்கிக் காட்டுக்குச் சென்றான். காட்டுக்குள் போனவுடன் அது சுற்றும் முற்றும் பார்த்துவிட்டு வேகமாக ஓடியது. இவனும் அதைப் பின்தொடர்ந்தான். காட்டின் நடுவில் ஒரு பெரிய வெளி ஒன்று வந்தது. அதற்கு நடுவில் போய் கோழி நின்றது. அது நின்ற இடத்தில் ஒரே ஒரு பெரிய மரம் மட்டும் இருந்தது. இவன் மெதுவாக மறைந்து தவழ்ந்து அந்த மரத்தை அடைந்து அதில் ஏறிவிட்டான். கோழிக்கு நேராக இருப்பது போல் அமர்ந்து கொண்டான். அதனிடம் ஏதாவது மாற்றம் தென்பட்டால் சாணியை அதன் மீது வீசி எறியத் தயாராக இருந்தான். அது வேறு ஏதோ ஒலியை எழுப்பியது. அதுதான் தருணம் என நினைத்து சாணியை அதன் மீது வீசினான். அந்தக் கணம் அவன் முகத்திற்கு அருகே டைனோசாரின் முகம் வந்து நின்றது. அதிர்ச்சியில் உறைந்து மரத்திலிருந்து குதித்து ஒரே ஓட்டமாக ஓடிவந்தான். டைனோசார் பின்னால் பாய்ந்து வந்து கொண்டிருந்தது. எப்படியோ ஓடி சாலைக்கு வந்து திரும்பிப் பார்த்தான். கோழி ஓடி வந்து கொண்டிருந்தது. அவன் ஏதோ கனவு என நினைத்து கோழியைப் பிடித்துக் கொண்டு போகலாம் என அங்கேயே நின்றான். அவன் அருகே வந்த கோழி, டைனோசார் போல் பெரிதாகி அவனை விழுங்கியது. ●

நினைவுச் சின்னம்

என் பாட்டிமார்கள் இறந்து போய் சில காலம் ஆகிவிட்டது. அவர்களின் உலகத்தில் என்ன செய்கிறார்கள் என்று பார்த்து வரக் கிளம்பினேன். இருவரும் சேர்ந்து தாஜ்மகால் போன்ற ஒரு நினைவுச் சின்னத்தை எழுப்பிக் கொண்டிருக்கிறார்கள். இது எதற்கு என்று கேட்டேன். எனக்காகத்தான் என்றார்கள். என் மீது அன்பு செலுத்தும் நபர் இது போன்ற சின்னத்தை எழுப்ப முடியாமல் சிரமப்படலாம் அதற்காக இவர்கள் இதை எழுப்பி அந்த நபரிடம் கொடுத்து விடுவார்களாம். அந்த நபர் அதை எனக்குக் கொடுப்பாராம். என் பாட்டிமார்களின் பைத்தியக்காரத் தனத்தைக் கண்டு எனக்கு அழுவதா சிரிப்பதா என்றே தெரியவில்லை. என் பாட்டிமார்களுக்கு இத்தகைய நினைவுச் சின்னத்தை யாராவது எழுப்பியிருக்கிறார்களா எனக் கேட்டேன். அவர்கள் பரம்பரையில் யாரும் யாருக்கும் இது போன்ற சின்னத்தை எழுப்பியதில்லையாம். அந்தக் குறை எனக்கும் இருந்துவிடக்கூடாது என்பதற்காக இவர்கள் இப்படி ஒரு திட்டத்தைச் செயல்படுத்த முனைந்திருப்பதாகச் சொன்னார்கள். அப்படி ஒரு நபரே இல்லாத போது நினைவுச்சின்னம் மட்டும் எதற்கு என்று கேட்டேன். எந்த நபரும் இல்லை என்றாலும் நினைவுச் சின்னம் அழியாமல் நின்று பல கதைகளைச் சொல்லும் என்றார்கள். அப்படி ஒரு நபரே வரமாட்டார் என்றால் இந்த நினைவுச் சின்னம் என்ன ஆகும் என்றேன். இந்த நினைவுச் சின்னத்தைக் கண்டவர்களால் என்னை விட்டு விலகவே முடியாதாம். என்னைவிட நினைவுச் சின்னத்தின் மீது அதிக ஈடுபாடு கொண்டு விடுபவர்களுடன் எனக்கு எந்தத் தொடர்பும் இருக்காது எனச் சொல்லிவிட்டுக் கிளம்பினேன். ●

குடை

அன்று கடும் மழை பொழிந்தது. குடை எடுத்துக் கொண்டு கிளம்பினேன். குடையை விரித்தவுடன் அது எப்போதும் இருப்பதை விடப் பெரிதாக விரிந்தது. சிறிது நேரத்தில் அதன் கைப்பிடி நீளமானது. குடை இன்னும் மேலே போய் பெரிதாகி விட்டிருந்தது. சிறிது நேரத்தில் வானத்தை மறைக்கும் அளவுக்குப் பெரிதாகி விட்டது. நான் அதைப் பிடித்துக் கொண்டு நடக்க முடியாததால் அதே இடத்தில் நின்றுவிட்டேன். எல்லோரும் என்னைப் பார்த்துப் பெருமூச்சு விட்டார்கள். நல்லவேளையாக நீங்கள் குடையை விரித்து இந்த மழையிலிருந்து எங்களைக் காக்க வந்தீர்கள். இல்லை என்றால் எங்கள்பாடு திண்டாட்டம்தான் என்றனர். ஒருவர் வந்து புராணத்தில் கண்ணன் கோவர்த்தன கிரியைத் தூக்கி மழையிலிருந்து மக்களைக் காப்பாற்றிய பிறகு நீங்கள்தான் காத்திருக்கிறீர்கள் என்றார். மற்றொருவர் வந்து குடையைப் பிடிக்கச் சிரமமாக இருக்கிறதா என்று கேட்டார். இல்லை என்றேன். உண்மையில் கைகளில் இருப்பது குடை போலவே இல்லை. ஏதோ ஒரு குச்சியைப் பிடித்திருப்பது போல் தோன்றியது. மழை நிற்க சில காலம் ஆனது. அது வரை குடை பிடித்துக் கொண்டே நின்றேன். எல்லோரும் அவரவர் வேலையைப் பார்த்துக் கொண்டிருந்தார்கள். ஒருவர் வந்து தான் குடையைப் பிடித்துக் கொண்டு நின்று கொள்வதாகவும் நான் நகர்ந்து போகலாம் என்றும் சொன்னார். மற்றொருவர் வந்து வேண்டாம் வேறு யார் பிடித்தாலும் ஒரு வேளை குடை சிறுத்துவிடலாம் எனப் பயமுறுத்தினார். மழை நின்ற பின் குடையை மடக்கிவிடலாம் என நினைத்தேன். ஆனால் கடும் வெயிலாக இருந்தது. அங்கிருந்தவர்கள் என்னைத் தடுத்தார்கள். இந்த வெயிலுக்கும் குடை தேவை என்றார்கள். நான் நின்ற இடத்தில் மண் மூடத் தொடங்கியது. என்னைப் பாதி அளவு மண் மூடிவிட்டது. எல்லோரும் மண்ணை அப்புறப்படுத்த முயற்சித்தார்கள். அதன் பின் அந்த வேலையைச் சலித்துப் பின்வாங்கினார்கள். சிறிது காலத்திற்குப் பின் அவர்கள் அருகே வருவதேயில்லை. என்னை மண் முழுமையாக மூடிவிட்டது. மண்ணில் புதைந்த குடை விரிந்தே இருந்தது.

பூனை

குட்டிப் பூனையாக அது அவர்கள் வீட்டுக்கு வந்த போது பெரும் குதூகலமாக இருந்தது. அவன் அப்போதுதான் பள்ளியில் சேர்த்திருந்தான். அந்தப் பூனை அவனுடனேயே இருந்தது. அவன் படிக்கும் பாடங்களை ஆர்வமுடன் பார்த்துக் கொண்டிருந்தது. அவனுக்கும் பூனையுடன் சேர்ந்து பாடம் படிப்பது மிகவும் பிடித்திருந்தது. இப்படியே ஐந்தாம் வகுப்பு வரை வந்துவிட்டான். அந்தப் பூனையும் இவனுடன் சேர்ந்து பள்ளிக்கு வரும். இவன் சாப்பாட்டை அதற்கும் கொடுப்பான். வகுப்பறைக்கு அருகிலேயே உட்கார்ந்திருக்கும். ஜன்னலில் அமர்ந்து கொண்டு பாடங்களைக் கவனிக்கும். இவனுக்கு ஜன்னலருகில் இருக்கை என்பதால் வசதியாகப் போனது. ஒரு நாள் ஆசிரியர் மூன்று விடுகதைகளை வகுப்பில் சொல்லி அதற்கு விடை எழுதுமாறு கூறிவிட்டார். இவனுக்கு என்ன யோசித்தும் விடை தெரியவில்லை. மெதுவாகப் பூனையை நெருங்கி அந்த விடுகதைகளைச் சொல்லி விடை கேட்டான். முதலாவது விடுகதை: வழுக்குவான் வாசம் உள்ளவன். அவன் யார்? என்பதாகும். பூனை ஓடிச் சென்று அருகிலிருந்து தண்ணீர்த் தொட்டியில் குதித்து அதில் இருந்த தண்ணீரில் குளிப்பது போல் பாவனை செய்தது. வீட்டில் குளிப்பாட்டினால் அதற்குப் பிடிக்கவே பிடிக்காது. இங்கு வந்து குளிக்கிறதே அதுவும் தனக்குச் சந்தேகத்தைத் தீர்க்காமல் குளிக்கப் போய் விட்டதே என ஆதங்கப்பட்டான். குளிக்க விரும்பாத பூனை ஏன் இப்படிச் செய்தது என யோசித்தான். விடையைக் கண்டு பிடித்துவிட்டான். சோப்பு. பூனையை மெச்சிக் கொண்டான்.

அடுத்த விடுகதை: வாயே இல்லாதவனுக்கு ஏராளமான பற்கள். இவன் யார்? என்று பூனையைக் கேட்டான். பூனை தன் தலையைக் காலால் நீவுவது போல் திரும்பத் திரும்ப செய்து காட்டியது. பூனைக்கும் புரியவில்லை என நினைத்துக் கொண்டான். இருந்தாலும் தானும் ஒரு முறை தலையை நீவிப் பார்த்தான். தலை கலைந்து விடுமே என யோசித்தான். தலை வாராமல் இருந்தால் ஆசிரியர் திட்டுவார் என எண்ணினான். தலை வாரும் சீப்புதான் அதற்கான விடை என உடனே புரிந்துகொண்டான். பூனை மீது வாஞ்சை ஏற்பட்டது. அடுத்த விடுகதை: அதை நீ பார்த்தால் அது உன்னைப் பார்க்கும் அது எது? என்று பூனையைக் கேட்டான். பூனை தூணுக்கு நேராக நின்று காலை நீட்டி தூணைத் தொட்டது. பின்பு தூண் தன் பின்பக்கமாக இருக்குமாறு தன் எதிரில் ஒரு பூனை இருப்பது போல நினைத்து அதே காலை எடுத்து நீட்டியது. இதைத் திரும்பத் திரும்ப செய்து காட்டியது. பூனைக்குப் பைத்தியம் பிடித்து விட்டதாக எண்ணிக் கொண்டான். தூணைப் பூனை கண்ணாடி என நினைத்துக் கொண்டதாக என யோசித்தான். அதுதான் விடை எனப் புரிந்தது. பூனையின் அறிவு அவனை ஆட்படுத்திவிட்டது. பூனை படித்த பாடங்களைத் தான் ஏன் படிக்கவில்லை என நினைத்துக் கொண்டான். ●

ஓவியர்

எனக்குப் பிடித்த ஓவியரின் கண்காட்சிக்குச் சென்றிருந்தேன். இதுவரை பார்த்திராத ஒரு பெரிய பறவை ஒன்றை மிகப்பெரிய ஓவியமாக வரைந்திருந்தார். அதைப் பார்த்தபின் அதிர்ச்சியும் கடும் துயரமும் எனக்குள் ஏற்பட்டன. அந்தப் பறவை என்னைப் பார்த்துக் கண் சிமிட்டியது. நான் அதன் அருகில் செல்லாமல் பின் வாங்கி அங்கிருந்து வந்துவிட்டேன். அடுத்த நாளும் அந்தக் கண்காட்சிக்குச் செல்லவேண்டும் என்ற உந்துதல் ஏற்பட்டு அங்குச் சென்றேன். அந்தப் பறவை என்னைப் பார்த்து நீ வருவாய் என எதிர்பார்த்தேன் என்றது. நான் அதனுடன் பேசவில்லை. நாளை மலை உச்சியில் இருக்கும் கோட்டைக்கு வா உன்னிடம் சில உண்மைகளைச் சொல்லவேண்டும் என்றது. எனக்கு அந்தப் பறவையின் பேச்சைக் கேட்டு அந்தக் கோட்டைக்குச் செல்லவேண்டுமா என்று அச்சமாக இருந்தது. என்றாலும் அது கூறப் போகும் உண்மைகள் ஏதாவது ஒரு வகையில் உதவும் என்பதால் அடுத்த நாள் அந்த மலை உச்சியில் இருந்த அந்தக் கோட்டைக்குப் போனேன். அங்கு அந்தப் பறவை ஏற்கனவே வந்து அமர்ந்திருந்தது. என்னை நீ பறவை என்று மட்டும் நினைத்துவிட்டாயா? நான்தான் உன் காதலன். அந்த ஓவியரின் ஓவியங்கள் மீது ஈடுபாடு கொண்டு என்னிடமிருந்து விலகிப் போக நீ நினைத்தாய். அதனால் அந்த ஓவியரைக் கொன்றுவிடத் தீர்மானித்தேன். அவர் வீட்டுக்குப் போய் அவரைக் கொல்ல முயன்றேன். அவர் என்னை வீட்டின் மேற்கூரையிலிருந்து தள்ளிவிட்டுவிட்டார். நான் காயமடைந்து எப்படியாவது தப்பிவிடலாம் என இந்த மலைக் கோட்டைக்கு வந்துவிட்டேன். அப்போது இடிவிழுந்து இறந்து போனேன். மீண்டும் அடுத்த ஜென்மம் எடுத்ததில் பறவையாகிப் போனேன். இப்போதாவது அந்த ஓவியரைப் பழிவாங்கலாம் என்று போனேன். அவர் என்னைப் பிடித்து ஓவியமாக்கி விட்டார். அந்த ஓவியர் மீது நீ ஈடுபாட்டை விட்டுவிட்டால் நானும் உன்னைப் பின் தொடரமாட்டேன் என்றது. அப்போது அங்கு வந்த அந்த ஓவியர் அந்தப் பறவையைத் தன் கித்தானில் பிடித்துப் போனார்.

மரம்

என் படுக்கை அறையில் திடீரென அந்தச் செடி முளைத்திருந்தது. அறையின் நடுவில் இரவோடு இரவாக எப்படி முளைத்திருக்கும் என யோசனை செய்து பார்த்தேன். அதைப் பிடுங்கி எறிய மனம் வரவில்லை. ஒரு வாரத்தில் கொஞ்சம் பெரிய செடியாக வளர்ந்துவிட்டது. பெரிய மரமாக வளரப் போவதில்லை இப்படியே அறையில் இருக்கட்டும் என விட்டுவிட்டேன். வேலை காரணமாக ஒரு மாதம் வெளியூர் சென்று விட்டு வந்து பார்த்தால் கூரையை முட்டிக் கொண்டு பெரிய மரமாக வளர்ந்திருந்தது. எனக்குப் பயமாகப் போய் விட்டது. இந்த மரம் கூரையைப் பிய்த்துவிட்டால் இந்த வீட்டில் இருக்க முடியாது என அச்சம் ஏற்பட்டது. மரத்தை வெட்ட முடியாது. வீட்டை விட்டுச் சென்று விடுவது என முடிவு செய்து தூங்கிப் போனேன். காலையில் என் கால்களை நகர்த்த முடியவில்லை. மரத்தின் வேர்கள் கால்களோடு பின்னிப் பிணைந்திருந்தன. எப்படி விடுவித்துக் கொள்வது எனப் புரிய வில்லை. அப்படியே படுத்துக்கிடந்தேன். மரத்தின் கிளையில் ஒரு பூ மலர்ந்திருந்தது. அந்தக் கிளை என் அருகே தொங்கிக் கொண்டிருந்தது. இது என்ன மரமாக இருக்கும் என நினைத்துக் கொண்டிருந்தேன். காட்டில் வளர வேண்டிய மரம் என் வீட்டில் வளர்ந்துவிட்டது என நினைத்தேன். அது இன்னும் வளர்ந்தால் கூரை என் மீது விழும் என்ற உணர்வு அந்த இடத்தை விட்டு உடனே அகலக் கலவரப்படுத்தியது. வேர்களிலிருந்து எப்படியோ கால்களை விடுவித்தேன். எழுந்து நின்றால் கால்கள் தடுமாறின. அரை முழுக்க வேர்களாக இருந்தன. இதைத் தாண்டிப் போவதே பெரும் சிரமமாக இருக்கும் எனத் தோன்றியது. மற்றொரு கிளை என் அருகே வந்தது. அதில் என் உயரம் அளவுக்கு ஒரு பூ மலர்ந்திருந்தது. அதைத் தொட்டுப் பார்க்கக் கை நீட்டினேன். அந்த மலர் என்னை உள்ளிழுத்து மூடிக் கொண்டது. ●

முத்து

அவனுக்கு நதியில் நீச்சலடிப்பது பெரு விருப்பமான ஒன்றாக இருந்தது. அந்த நதி காட்டில் நுழைந்து வரும் இடம்தான் அவனுக்கு மிகவும் பிடித்த இடமாக இருந்தது. அன்று நீச்சலடிப்பதற்காகக் காட்டிற்கு வந்தான். நதியில் பாய்வதற்கு நின்றான். அப்போது நதியின் ஆழத்தில் ஒரு பெண் இருப்பதைக் கண்டான். அவளிடம் பெரிதும் ஈர்க்கப்பட்டுப் பேசினான். அவளிடம் தான் வரவேண்டும் என்று விருப்பமாக இருப்பதாகச் சொன்னான். தான் மிகவும் ஆழமான பகுதியில் இருப்பதால் அவனால் மூச்சை அடக்கி அங்கு வர முடியாது என்றாள். அங்கிருந்து போக விருப்பமில்லாமல் கரையிலேயே தங்கி விட்டான். அந்தப் பெண்ணிடம் ஏதாவது வழியில் அவளை வந்தடைய முடியும் என்றால் அதைச் சொல்லச் சொல்லி வற்புறுத்தினான். அதற்குப் பல கடும் பயிற்சிகள் செய்யவேண்டும் என்றாள் அவள். அதற்கு ஒத்துக்கொண்டான். முதலில் நதியில் தலைகீழாகத் தொங்க வேண்டும் என்றாள். அதைச் செய்தான். பல மணி நேரங்கள் நதியில் நீச்சலடிக்க வேண்டும் என்றாள். அதையும் செய்தான். அங்கிருந்து தூரத்தில் தெரியும் மலையின் அடிவாரத்தில் இருக்கும் குளத்தில் சிப்பி ஒன்று இருப்பதாகவும் அதை எடுத்து வரவேண்டும் என்றும் கூறினாள். அதற்கு அபாயங்களைக் கடக்கவேண்டும் என்றாள். அதைச் செய்ய உறுதி பூண்டான். அந்தக் குளத்திற்குச் சென்றான். அந்த குளத்தில் கண்ணாடி மீன்கள் நீந்திக் கொண்டிருந்தன. மேலும் பல விஷப் பூச்சிகள் கொடுக்குகளைத் தூக்கிக் கொண்டு சுற்றிக் கொண்டிருந்தன. அதை எல்லாம் பொருட்படுத்தாது அந்தக் குளத்தில் பாய்ந்தான். கண்ணாடி மீன்கள் அவனைக் குத்திக் கீறின. அவன் உடல் ரணமானது. இருந்தும் விடாமல் முயற்சி செய்து அந்தச் சிப்பியை எடுத்துக் கொண்டு வந்தான். அந்த நதியில் இருக்கும் பெண்ணிடம் அதைக் காட்டினான். அதை நதியில் கழுவச் சொன்னாள். அதைக் கழுவக் கழுவ அந்தப் பெண் வெண்மையாய் உருண்டு திரண்டு முத்தாய் உருமாறி அவன் கையில் வந்து சேர்ந்தாள்.

தேரை

அவன் அந்த மலையைக் கண்டு பெரிதும் விருப்புற்று அங்கு ஒரு வீட்டைக் கட்ட நினைத்தான். வீடு பாதி கட்டி இருக்கும் போது இடிந்து விழுந்தது. அவனுக்கு என்ன காரணம் எனப் புரியாமல் பெரும் துயருற்றான். அப்போது அந்த மலையின் அடிப்பகுதியில் ஒரு கல்லில் இருந்த தேரை தான் இருக்கும் கல்லைக் கண்டுபிடித்து அகற்றிவிட்டால் வீட்டைக் கட்ட முடியும் என்று சொன்னது. அவன் பெரு முயற்சி செய்து பார்த்தான். முடியவில்லை. முருகனிடம் முறையிட்டான். மலை மீது வீடு கட்ட வேண்டுமா மலை இருக்கும் இடத்தில் வீடு கட்ட வேண்டுமா என முருகன் கேட்டான். எது இருந்தாலும் தனக்கு ஏற்புடையதுதான் என்று இவன் கூறிவிட்டான். அடுத்த நாள் அவன் அந்த இடத்தைச் சென்று பார்த்த போது மலை கரைந்து போயிருந்தது. அந்தக் கல்லும் காணவில்லை. தேரையும் இருக்காது என நம்பினான். அந்த இடத்தில் வீட்டைக் கட்டி முடித்தான். வீட்டுக்கு ஒரு கிணறு வெட்ட முடிவு செய்தான். கிணறு வெட்டும் போது மண் குவியலில் கிணறு மூடிவிட்டது. மீண்டும் முருகனிடம் முறையிட்டான். அந்தத் தேரையின் வேலைதான் இது எனப் புரிந்துகொண்ட முருகன், கிணறு இருந்த இடத்தில் சிறு மலையை உருவாக்கச் சொன்னான். அவனும் அந்த இடத்தில் கல், மண்ணைக் குவித்து ஒரு சிறு மலையை உருவாக்கினான். அந்த மலை தனக்கானது என மகிழ்ந்து போனது தேரை. அடுத்த நாள் அந்த மலை கரைந்து கிணறு உருவானது. தான் இருக்கும் கற்களை எல்லாம் கரைத்துக் கொண்டே போனால் எப்படி வாழ்வது என முருகனிடம் முறையிட்டது தேரை. முருகன் அந்தத் தேரையை கற்கள் மட்டுமே இருக்கும் கிரகத்தில் கொண்டுவிட்டான். அந்தக் கிரகத்தைச் சாய்த்துவிட்டு ஒரு கல்லில் விண்வெளியைச் சுற்றி வந்து கொண்டிருந்தது தேரை. ●

சிலந்தி

உளவுத் துறைக்கு அவன் புதிதாக வந்திருந்தான். அவனிடம் தீர்க்க முடியாத ஒரு வழக்கை ஒப்படைத்தனர். ஒரு பெண் இறந்து ஓரிரு நாட்களே ஆகியிருந்தன. அவள் எப்படி இறந்தாள் எனத் தெரியவில்லை. அதை அவன்தான் கண்டுபிடிக்கவேண்டும் எனக் கூறிவிட்டனர். அவள் உடல் வைக்கப்பட்டிருந்த பிணவறைக்குச் சென்று பார்த்தான். அவள் தூங்குவது போல் இருந்தது. இறந்தது போல் இல்லை. அவள் பெட்டிக்கு அருகே ஒரு சிலந்தி அமர்ந்திருந்தது. அது இவனைப் பார்த்தது. மெதுவாக நகர்ந்தது. அவள் இறந்தபோது அவள் வீட்டுக்கு யாரும் வரவில்லை. எனவே கொலைக்கான வாய்ப்பில்லை. அவள் விஷம் எதையும் உண்ணவில்லை. தற்கொலையும் அல்ல. அவளுக்கு வந்த குறுஞ்செய்திகள் எவையும் சந்தேகப்படும்படி இல்லை. அவள் ஒரு மூடிய அறையில் இருந்தபோது இறந்து போயிருந்தாள். கடைசியாக அவள் எழுதிய ஒரு கவிதை எனச் சொல்லி ஒரு நோட்டுப் புத்தகத்தை நீட்டினார்கள். அதில் அவள் கடைசியாக எழுதிய கவிதை ஒன்று இப்படி இருந்தது:

சிலம்பியாய் உருமாறி
எனைக் கொள்ளும்
வேல் வளஇளவனே
போற்றி! போற்றி!!

இந்தக் கவிதைக்கும் இவள் மரணத்திற்கும் ஏதோ தொடர்பு இருப்பது போல் அவனுக்குத் தோன்றியது. சிலம்பி என்பது சிலந்தி என்ற பொருள் கொண்ட சொல். அவளது பெட்டி அருகே ஒரு சிலந்தி இருந்தது. சிலந்தியாய் உருமாறி என்ற கவிதையின் வரி இவளை யாரோ சிலந்தியாய் உருமாற்றி இருக்கிறார்கள். வேல்வள இளவன் என்பது முருகனைக் குறிக்கலாம். இவள் இறக்கவில்லை. சிலந்தியாய் உருமாறி இருக்கிறாள். கூடு விட்டுக் கூடு பாய்ந்திருக்கிறாள். மீண்டும் தன் உடலுக்குத் திரும்ப முடியாமல் போய்விட்டதால் இவள் தூங்குவது போல் காணப்படுகிறாள். அந்தச் சிலந்திதான் அவள். அந்த உடலை அப்படியே வைத்திருந்தால் எப்போதாவது அவள் மீண்டும் தன் உடலுக்கு மீளக்கூடும். இவன் இதைக் கண்டுபிடித்துவிட்டதை யாரும் ஏற்கவில்லை. ஏனெனில் இது நம்பத்தகுந்தபடியாக இல்லை எனக் கூறிவிட்டனர். அவனை உளவுத் துறையிலிருந்தும் மாற்றிவிட்டனர்.

உருக்கள்

ஒளி ஊடுருவும், தண்ணீர் மட்டும் நிரம்பியிருக்கும் மனித உருவங்கள் போன்ற உருக்கள் திடீரென்று அங்கு வந்து நிறைந்தன. ரப்பர் பந்துகளில் தண்ணீர் நிரம்பியிருப்பது போல் அவர்கள் நடமாடினர். தண்ணீர் போல் நிறமின்றியும் அவர்கள் இருந்தனர். மனிதர் போல் நடமாடிய அவர்கள் உண்பதும் இல்லை; உடுப்பதும் இல்லை; உறங்குவதும் இல்லை. எல்லா இடங்களிலும் அலைந்து திரிந்தார்கள். அந்த விநோத உருக்களை வேடிக்கைப் பார்க்கப் பலருக்கும் விருப்பமாக இருந்தது. அவர்களின் விலங்குகளும் அவர்களைப் போலவே தண்ணீரால் நிரம்பியிருந்தன. யாராவது அவர்களைப் பிடித்து இழுத்தால் அவர்களிடம் அவை வந்து விடுகின்றன. ஓரிடத்தில் அவை இருப்பதும் இல்லை. கைகளில் விரல்கள் போன்ற பிளவுகள் இருந்தன. அவற்றைக் கிள்ளி எடுத்தால் அவை வளர்ந்து அதே உருக்களாக ஆகிவிடுகின்றன. அதிலும் தண்ணீர் நிரம்பி விடுகிறது. இந்தக் காட்சியைக் கண்டு களித்தாலும் இந்த உருக்கள் என்ன செய்ய வந்திருக்கின்றன எனப் புரியாமல் எல்லோரும் பார்த்தார்கள். ஓர் உருவை யாரோ குத்தி துளையிட்டு விட்டார்கள். அந்த உருவிலிருந்து வடிந்த தண்ணீரிலிருந்து இன்னும் பல உருக்கள் தோன்றின. மெதுவாக அந்தப் பகுதி முழுக்க அவை ஆக்கிரமித்தன. அங்கு ஏற்கனவே இருந்தவர்களுக்கு இடமில்லாமல் போனது. அந்த உருக்களுக்கு இடமில்லை என்றால் அவை பலவும் ஒன்றிணைந்து அங்கிருந்தவர்கள் மீது வந்து விழுந்து அவர்களை வெளியேற்றின. இந்தத் தொல்லை யிலிருந்து தப்பிக்க முடியாமல் எல்லோரும் திணறினார்கள். இந்த உருக்களை வெளியேற்ற ஏதாவது உபாயம் கிடைக்காதா என எல்லோரும் ஆலோசனை செய்தார்கள். அந்த உருக்களைப் போன்ற பலூன்களை செய்து அவற்றில் தண்ணீரை நிரப்பி எல்லோரும் தூக்கிக் கொண்டு அலைந்தார்கள். இந்தப் புதிய உருக்களைக் கண்டு அவைத் துணுக்குற்றன. இந்தப் பலூன்களையும் தங்களைப் போன்ற உருக்களாகக் கருதிக் கொண்டு அவை ஒன்று கூடி அங்கிருந்து அகன்று போயின. ●

மலை

எப்போதும் அந்த மலையில்தான் அவளும் அவள் தோழியும் பள்ளி முடிந்தவுடன் விளையாட வருவார்கள். அவர்களுக்கு மலையின் அழகும் கம்பீரமும் அதனை நெருங்க நெருங்கத்தான் அதிகரிக்கும். அதன் மௌனம் அவர்களுக்குள்ளும் எப்போதும் குடிகொள்ளும். அவர்கள் இருவரும் மலை அருகே போவதற்காக ஓடிக் கொண்டிருந்தார்கள். அப்போது திடீரென்று மலை முன்னே நகரத் தொடங்கியது. தினமும் அவர்கள் இருவரும் எத்தனை முறை அந்த மலை மீது ஏறி இறங்கி விளையாடி இருக்கிறார்கள். அப்போதெல்லாம் அமைதியாக இருந்த மலை அன்று மட்டும் ஏன் நகர்கிறது என இருவருக்கும் அதிசயமாக இருந்தது. இருவரும் சிறிது பின்வாங்கினார்கள். அது மெதுவாக முன்னோக்கி வந்து கொண்டிருந்தது. இதை எப்படி நிறுத்துவது எனப் புரியாமல் இருவரும் விழித்தார்கள். மலையின் முன் மண்டியிட்டு அமர்ந்து இருவரும் முறையிட்டார்கள். அவர்களை விடப் பல மடங்குப் பெரிதாக இருக்கும் மலை இப்படி நகர்ந்தால் அதன் எதிரில் எதுவும் இருக்க முடியாது. எல்லாமும் அழிந்துவிடும். அதனால் தயைக் கூர்ந்து நகர்தலை மட்டும் நிறுத்தும்படி இருவரும் வேண்டிக் கொண்டார்கள். மலை சொன்னது நகர்தலை நிறுத்த முடியாது. ஏனெனில் தனக்குள் இருக்கும் கல் அசுரன் இப்படி நகர உத்தரவிட்டிருப்பதாக மலை கூறியது. அந்த அசுரனுக்குப் பிடித்த ஒரு பாடல் எங்கோ ஒலிப்பதால் அதைக் கேட்க இப்படி நகரச் சொல்வதாக மலை சொன்னது. அந்தப் பாடல் தங்களுக்குக் கேட்கவில்லையே என்று இரு தோழியரும் சொன்னார்கள். மண்ணின் அடியில் காதை வைத்துக் கேட்டால் அவர்களுக்கும் அந்தப் பாடல் கேட்கும் என மலை கூறியது. உடனே அவர்கள் இருவரும் அருகில் இருந்த வற்றிப் போனக் கிணற்றில் குதித்தார்கள். அந்தக் கிணற்றின் அடிப்பகுதியில் இருந்த மண்ணின் மீது காதை வைத்துக் கேட்டார்கள். அப்போது ஓர் இனிமையான பாடல் கேட்டது. அதன் இனிமையில் சொக்கி இருவரும் அந்தப் பாடலைப் பாடத் தொடங்கினார்கள். மலை, கிணற்றின் அருகில் வந்து நின்றது.

சூரிய புராணம்

சூரியன் அவளை அழைத்தான். சூரியனின் தேரில் அவள் ஏறி அமர்ந்தாள். சூரியனிடம் தன்னை ஏன் உடன் சேர்த்துக் கொண்டதாகக் கேட்டாள். அவள் தனது மற்றொரு உயிர் என்றான் சூரியன். அவள் சூரியனுடன் சேர்ந்து விட்டது மற்ற நட்சத்திரங்களுக்குத் தெரியுமா என்று கேட்டாள். இல்லை என்றான் சூரியன். தெரிந்தால் என்னாகும் என்று கேட்டாள். பொறுத்திருந்து பார்க்கலாம் என்றான் சூரியன். இவள் சூரியனுடன் சேர்ந்திருப்பதை எப்படியோ தெரிந்து கொண்ட ஒரு நட்சத்திரம் சூரியனிடம் வந்து தனக்கு அவளை விட்டுக் கொடுக்குமாறு கேட்டது. தன் உயிரில் பாதி அவளுக்குக் கொடுத்திருப்பதால் அது முடியாது என்று சூரியன் கூறிவிட்டான். அதனால் ஆத்திரமடைந்த அந்த நட்சத்திரம் மேலும் ஒன்பது நட்சத்திரங்களை அழைத்து வந்து அவளைத் தங்களுடன் அனுப்பக் கேட்டன. அவள் தன் பத்து விரல்களைப் பிய்த்து அந்தப் பத்து நட்சத்திரங்களிடம் கொடுத்து அவர்கள் தனது மூச்சுக்காற்றை ஊதினால் தன்னைப் போன்ற பெண் கிடைப்பாள் என்று சொல்லி அனுப்பி விடுகிறாள். அவர்கள் போன பின் அண்டத்தின் தலைவர் வந்து அவளைத் தன்னிடம் அனுப்புமாறு கோரினார். சூரியன் அச்சமடைந்து என்ன செய்வது எனத் திகைத்து நின்றுவிட்டான். அவளுடன் தான் கலந்து விட்டால் அவள் மட்டுமே ஒளி பெற்றுத் திகழ்வாள் எனவும் தான் ஒளி தந்து கொண்டு இருக்கப் போவதில்லை எனவும் தன்னுடன் அவள் இருப்பதால்தான் இந்தப் போட்டி எனவும் கூறி அவளுடன் கலந்துவிடுகிறான். சூரியனின் ஒளியைப் பெற்று புதிய சூரிய நட்சத்திரமாகி விட்ட அவள் தன்னைப் போன்ற உருப்பெற்ற பெண்களை மற்ற நட்சத்திரங்களிடமிருந்து காணாமல் போகச் செய்தாள். சூரியன் தன்னுடன் கலந்து விட்டதால் ஈருயிர் என்ற நிலைமாறி ஒருயிர் ஆகிவிட்டதாகவும் தான் யாருக்கும் இனி சொந்தமாகப் போவதில்லை எனவும் கூறி அண்டத்தின் தலைவரையும் அனுப்பி வைத்தாள்.

பசை

ப்ளாஸ்டிக் அறுவை சிகிச்சையில் நிபுணத்துவம் பெற்ற மருத்துவர் அவர். மிகவும் சிக்கலான அறுவை சிகிச்சைகள் செய்வதில் வல்லவர். ஒரு குழந்தைக்குக் கண்கள் இருக்க வேண்டிய இடத்தில் ஏதுமில்லாமல் பிறந்திருந்ததால் அந்தக் குறையைச் சரி செய்ய அவரிடம் அழைத்து வரப்பட்டது. அந்தக் குழந்தைக்கு செயற்கையான கண்கள் பொருத்த முடிவு செய்தார் மருத்துவர். ஆனால் அறுவை சிகிச்சை செய்தால் பயன்தராது என அவருடைய அனுபவ அறிவு எச்சரித்தது. அதனால் ஒரு சில மாதங்கள் கடும் ஆய்வு செய்து திசுக்களை ஒட்டும் பசை ஒன்றைக் கண்டுபிடித்தார். அந்தப் பசையைப் போட்டு துண்டான உறுப்புகளை ஒட்ட முடியும் என்பதையும் கண்டறிந்தார். அறுவை சிகிச்சை இல்லாமல் சில மணி நேரங்களிலேயே குணமடையக் கூடிய மருத்துவ முறைமையாக அது இருந்தது. அதைப் பயன்படுத்தி அந்தக் குழந்தைக்குச் செயற்கைக் கண்களைப் பொருத்தத் திட்டமிட்டார். அந்தக் கண்கள் மூளையின் பார்வை நரம்புகளுடன் இணைய மட்டும் சிறிய அறுவை சிகிச்சை தேவைப்பட்டது. எல்லாவற்றையும் செய்து முடிக்க சில மணி நேரங்கள் ஆனது. மருத்துவர் இந்தக் குழந்தையின் சிகிச்சையைத் தனக்கு ஒரு சோதனையாகக் கருதிக் கொண்டிருந்தார். ஓரளவு வெற்றிகரமான சிகிச்சைதான் என அவருக்குப் புரிந்த பின்தான் தன் அறைக்குத் திரும்பினார். மிகவும் சோர்வாக இருந்ததால் தன் தண்ணீர் பாட்டிலை எடுத்துக் குடித்தார். அரை மணி நேரத்தில் அவரது இருக்கையிலேயே அவர் உயிர் பிரிந்தது. அவர் துறையில் இருந்த மற்றொரு மருத்துவர் இந்தப் பசையைக் கண்டுபிடித்ததற்காக அவர் மீது கடும் பொறாமையில் இருந்தார். அதனால் அந்தத் தண்ணீர் பாட்டிலில் அந்தப் பசையைக் கலந்துவிட்டிருந்தார். அதைக் குடித்தால் மரணம் நிச்சயம் என்பது மட்டும் அவருக்கு நன்றாகத் தெரிந்திருந்தது.

கிளி

அந்தக் கிரகத்தின் மேல் தகட்டைக் கடந்து உட்புறப் பகுதிக்குள் இயங்கும் உலகத்தைச் சேர்ந்தவன் அவன். எப்படியாவது மீண்டும் அந்த இடத்திற்குச் சென்றுவிடவேண்டும் என முடிவு செய்தான். தனக்கு நெருங்கியவர்களிடம் ஒரு பெரிய தாழியில் அவனை இட்டு அவனுக்குத் தேவையானவற்றை வைத்து உடன் அவன் வளர்த்து வரும் கிளியையும் வைத்து மூடி அந்தக் கிரகத்தின் வட துருவப் பகுதியில் கடலின் ஆழத்தில் வைக்கச் சொல்லிவிட்டான். அந்தப் பகுதியிலிருந்து சென்றால் தன் இனம் இருக்கும் இடம் வந்துவிடும் என இப்படிச் செய்யச் சொன்னான். அப்படியே அவர்களும் அவனை ஒரு தாழியில் உள்ளே வைத்து கடலுக்கடியில் போட்டுவிட்டு வந்துவிட்டார்கள். அவன் அதிலிருந்து வெளிப்பட்டு கிளியை மட்டும் எடுத்துக் கொண்டு அவன் இனத்தைப் போய்ச் சேர்ந்தான். அவர்கள் அவனை விரும்பவில்லை. அவன் அங்கிருந்து சென்றுவிட்டால் நலம் என நினைத்தார்கள். அவன் கொண்டு வந்திருந்த கிளி மிகச் சிறிய அளவாகச் சுருங்கிவிட்டது. அதனால் அவன் கிளி வைத்திருந்து அவர்களுக்குத் தெரியவில்லை. ஆனால் அது அவனைச் சுற்றி நடப்பதை அவனுக்குச் சொல்லத் தொடங்கிற்று. அவன் வட துருவத்தில் இருந்தாலும் அந்தக் கிரகத்தின் நீளத்தைக் கடந்து தென்துருவத்தை வந்தடைந்தான். இனி தனக்கென தனி ராஜ்ஜியம் அமைக்கும் எண்ணம் கொண்டான். தன் இனத்திடம் இருக்கும் பல கருவிகள் கிடைத்தால் அது சுலபமாக நடக்கும் என நினைத்தான். கிளியை அனுப்பி ஒற்றறிந்து அந்தக் கருவிகளைச் செய்தான். பின் பல கிரகங்களுக்கும் அந்தக் கருவிகளை அனுப்பி அங்கிருக்கும் இனங்களிலிருந்து சிலரைக் கடத்திக் கொண்டு வந்தான். அவர்களைத் தன் ராஜ்ஜியத்தில் பல வேலைகளுக்கு அமர்த்தினான். இப்படியே ராஜ்ஜியத்தை வளர்த்துப் பெரிய சாம்ராஜ்ஜியம் ஆக்கிவிட்டான். எல்லாவற்றிற்கும் கிளிதான் உதவியது. அவன் இத்தகைய ராஜ்ஜியத்தை உருவாக்கி விட்டதை அவன் இனத்தைச் சேர்ந்தவர்கள் தங்களுடைய தொழில்நுட்பத்தைப் பயன்படுத்தி ஒரு ராஜ்ஜியத்தை அமைக்கும் அளவுக்கு யார் அவனுக்கு உதவியது என அதிர்ச்சி அடைந்தார்கள். அந்தக் கிளிதான் இத்தனை வேலைகளையும் செய்தது என்பதைப் புரிந்து அதைச் சிறையிட்டார்கள். அவனுடைய ராஜ்ஜியம் சிதிலமடைந்தது.

தலை

திடீரென்று அவள் அமர்ந்திருந்த இடத்தின் தரைப் பகுதி வெடித்து ஒரு தலை முளைத்தது. ஓர் ஆணின் தலை அது. அதன் கண்கள் மூடி இருந்தன. அவளுக்கு அச்சத்தில் பேச்சு மூச்சு நின்றுவிடும் போல் இருந்தது. அந்தத் தலை எப்படி வந்தது, ஏன் வந்தது என அவளால் யோசிக்கவே முடியவில்லை. சிறிது நேரம் கழித்து அதன் முகத்தில் புன்னகை வந்தது. மண்ணில் புதைந்திருந்து வெளிப்பட்டதால் அதன் முகத்தில் மண் அப்பியிருந்தது. பயந்துவிட்டாயா என்றது அது. ஆம் என்றாள். தான் வந்துவிட்டதால் இனி அச்சப்பட வேண்டாம் என்றது. மேலும் அவள் என்ன செய்துகொண்டிருக்கிறாள் என்றும் கேட்டது. ஒரு வார இதழில் வந்திருந்த குறுக்கெழுத்துப் புதிர் விளையாட்டை விளையாடிக் கொண்டிருப்பதாகக் கூறினாள். தெரியாத சொற்களைத் தன்னிடம் கேட்கும் படி சொன்னது. அவளும் அதை ஆமோதித்து ஆழ்கடலாக இருக்க வேண்டியது எது என்று கேட்டாள். அறிவின் தெளிவு என்றது தலை. அதற்குத் தொடர்பான சொற்களைப் போட்டு அதைப் பூர்த்தி செய்தாள். இன்மை எனப்படுவது எது என்று கேட்டாள். அனுபவம் பெறாத எதுவும் என்றது தலை. சரியான சொல் என்றாள் அவள். தலை பெருமிதமாகச் சிரித்தது. உள்ளும் புறமும் இருப்பது எது என்று கேட்டாள். உன் உள்ளில் இருப்பது என் புறத்தில் இல்லை என் உள்ளில் இருப்பது உன் புறத்தில் இல்லை என்றது. புரியவில்லை என்றாள். சுயத்தைக் குறித்த கவனம்தான் அது என்றது. இதெல்லாம் உனக்கு எப்படித் தெரியும் என்று கேட்டாள். இதெல்லாம் தெரிந்ததால்தான் என்னை மண்ணுக்குள் போட்டுப் புதைத்துவிட்டார்கள் என்றது. நீ ஏன் திரும்பி வந்தாய் என்றாள். உன்னிடம் என்னை ஏற்கும் பக்குவம் இருக்கும் என்பதால் வந்தேன் என்றது. வெறும் தலையாகிய உன்னை வைத்துக் கொண்டு நான் என்ன செய்வது என்றாள். குறுக்கெழுத்துப் புதிர் விளையாடலாம் என்றது. வேறு ஏதாவது உபயோகமான செயலாகச் சொல் என்றாள். என்னைப் பற்றி வெளியில் சொன்னால் உன்னைப் பெரும் சக்தி வாய்ந்தவளாகக் கருதுவார்கள் என்றது. அது எனக்குத் தேவையில்லை என்றாள். என்னை உயிருள்ள பொம்மை என்று கூறிவிடு என்றது. அது அவளுக்குப் பிடித்தது.

ஒளி

அன்று அவன் வீட்டு எதிரில் ஒரு பானை இருந்தது. அதை எடுத்துப் பார்த்தான். அதனுள் ஒளி நிரம்பியிருந்தது. அவனுக்கு அந்தப் பானையைக் கண்டு பெரும் ஆச்சரியம் ஏற்பட்டது. ஆனால் அந்த பானையை வைத்துக் கொண்டு என்ன செய்வது என யோசித்தான். வீட்டில் அதை வைத்துவிட்டு தன் பாட்டுக்கு எப்போதும் போல் வேலைகளைப் பார்ப்பது முதலாவது முடிவாக இருக்கும் என நினைத்தான். அந்தப் பானையில் தண்ணீர் ஊற்றிக் குடித்துப் பார்ப்பது இரண்டாவது முடிவாகக் கருதினான். யாருக்காவது அந்தப் பானையைக் கொடுத்துவிடுவது அல்லது கிணற்றில் அல்லது நதியில் போட்டு உடைப்பது மூன்றாவது முடிவாக எண்ணினான். அந்தப் பானை ஏதோ ஒரு காரணத்திற்காகத் தன்னிடம் வந்திருக்கிறது. அதனால் அதை வைத்துவிட்டு எப்போதும் போல் இயல்பாக இருக்க அவனால் முடியவில்லை. அதை யாருக்கும் கொடுப்பதையும் உடைப்பதையும் அவனால் ஏற்க முடியவில்லை. அதனால் அதில் தண்ணீர் ஊற்றி வைத்துக் குடித்தான். உடனே தன் பிறவியின் முக்காலத்தையும் அறிந்தான். வேலைக்குக் கிளம்பினான். அங்கிருப்பவர்களின் முக்காலங்களையும் அறிந்து கொண்டான். இதைச் சொன்னால் எல்லோருக்கும் ஆச்சரியமாக இருக்கும். நிறைய பணம் சம்பாதிக்கலாம். ஆனால் அப்படிச் செய்வதால் எல்லோரும் தங்கள் வருங்காலத்தை அறிந்து துன்பமே அடைவார்கள். எதற்காக அனைவரையும் துயரத்தில் ஆழ்த்தவேண்டும். தனக்குத் தெரிந்தது தன்னுடன் மட்டுமே இருக்கட்டும் எனக் கருதி வீட்டிற்கு வந்து அந்தப் பானையைக் கிணற்றில் போட்டு உடைத்தான். கிணற்றில் தண்ணீர் ஒளிரத் தொடங்கியது.

பாடல்

அவன் இரவு தூங்கும் போது ஒரு பெண் பாடும் ஒலி கேட்டது. அவன் அதைக் கேட்டுக் கொண்டே இருந்தான். தூக்கம் கலைந்து எழுந்த போது பாடல் நின்றுவிட்டது. கனவு ஏதோ கண்டு அதில் ஒலித்த பாடல் என நினைத்துக் கொண்டு தன் வேலைகளைப் பார்க்கத் தொடங்கினான். அடுத்த நாள் இரவு தூங்கும் போது மீண்டும் அதே பெண்ணின் பாடல் ஒலி கேட்டது. அவன் அதில் மூழ்கிப் போனான். தூக்கம் கலைந்த பின் பாடல் நின்றுவிட்டது. இது தினம் நடக்கும் நிகழ்வாகிப் போனது. அவனுக்கு ஒரு நாள் இரவில் தூங்காமல் இருந்து அந்தப் பாடல் ஒலிப்பதைக் கேட்கவேண்டும் என முடிவு செய்து தூங்காமல் அமர்ந்திருந்தான். பாடல் கேட்கவில்லை. அடுத்த இரவு தூங்கிப் போனான். மீண்டும் அதே பெண்ணின் பாடும் ஒலி கேட்டது. தூக்கத்தில் எப்படியாவது யார் பாடுவது எனக் கண்டுபிடிக்கவேண்டும் என எவ்வளவோ முயற்சி செய்து பார்த்தான், முடியவில்லை. அடுத்த இரவு தூங்கும் போதே அந்தப் பாடும் பெண் யார் என்று தெரியவேண்டும் என முருகனிடம் வேண்டிக் கொண்டான். அன்று இரவு பாடல் ஒலித்தது. இப்போது தூக்கத்தில் அவனால் பேச முடிந்தது. யார் பாடுவது எனக் கேட்டான். நான் உன் தூக்கத்தின் காதலி. என் பாடலால் மட்டுமே உன்னை வந்தடையமுடியும். இப்படியே உன் தூக்கத்தில் என்னை இருக்க அனுமதி. என் பாடல் உன்னைத் தாலாட்டும் என்றாள் அந்தப் பெண். இவனும் வேறு வழியின்றி அந்தப் பெண்ணுக்குத் தன் தூக்கத்தில் பாட இடம் கொடுத்தான். காலையில் முருகனிடம் அந்தப் பெண் தூக்கத்தில் மட்டுமல்ல எப்போதும் தன்னிடம் இருக்கவேண்டும் என வேண்டினான். அந்தப் பெண் எப்போதும் உடன் இருக்கவேண்டும் என்றால் அவன் தூங்கக் கூடாது எனவும் அப்படி அவன் தூங்கிப் போனால் அவள் மீண்டும் அவன் தூக்கத்தில் மட்டுமே பாடுவாள் எனவும் முருகன் கூறினான். அதற்கு ஒத்துக் கொண்டு தூங்காமல் இருக்கத் தொடங்கினான். அந்தப் பெண்ணும் அவனிடம் வந்தாள். ஓர் இரவு அவன் அறியாமல் தூங்கிப் போனான். அந்தப் பெண் மீண்டும் அவன் தூக்கத்தில் மட்டும் வந்து பாடத் தொடங்கினாள். ●

வாசம்

அவள் உடுத்தியிருந்த அந்தப் புடவையில் ஒரு சிவப்பு மலர் பெரிதாக விரிந்திருந்தது. இரவில் அவள் உறங்கும் போது அதைக் கண்ட ஒரு நாகம் அந்தப் பூவில் ஒளிந்துகொள்ள விரும்பியது. மெதுவாக அந்தப் பூவுக்கு அருகில் வந்து சுருண்டு அதன் மையத்திற்குப் போனது. அந்தப் பூவின் வாசம் அந்த நாகத்தை மயக்கியது. இந்தப் பூ மட்டுமே தனது சொர்க்கம் என கருதியது. இனி என்ன நடந்தாலும் இந்தப் பூவை விட்டுப் போகக் கூடாது என முடிவெடுத்தது. தன் உடலைப் புடவையுடன் ஒட்டியிருப்பது போல் மாற்றிக் கொண்டது. அவள் எழுந்தாள். புடவையில் ஏதோ மாற்றம் தெரிவதை உணர்ந்து கொண்டாள். உடனடியாகப் புடவையை மாற்றிக் கொண்டாள். கழற்றிய புடவையை ஒரு பையில் போட்டுக் கொண்டு வெளியே கிளம்பினாள். அருகில் இருக்கும் காட்டுப் பகுதியில் ஒரு புற்றின் அருகில் பையை வீசிவிட்டு வந்தாள். புடவையில் இருந்த பூவிசன் வாசம் மறைந்துவிட்டது. நாகத்திற்குச் சுயநினைவு வந்தது. காட்டுக்கு எப்படி வந்தது எனப் புரியாமல் விழித்தது. பூ இருக்கிறது. வாசம் ஏன் இல்லை என வேதனை அடைந்தது. வாசத்தைத் தேடிப் போகலாம் என முடிவெடுத்தது. அந்தப் பெண்ணின் வீட்டுக்கு வந்தது. வாசலில், தான் விரும்பிய பூவும் தனக்குப் பிடித்த வாசமும் இருப்பதைக் கண்டு அந்தச் செடிக்கு அருகிலேயே சுருண்டு படுத்துக்கொண்டது. அந்த நாகம் வரும் என எதிர்பார்த்த அந்தப் பெண் பூவின் மீது தனது விருப்பமான வாசனைத் திரவியத்தைத் தெளித்து வைத்திருந்தாள். அப்படியே அந்தப் பாம்பைத் தூக்கி பையில் போட்டுக் கொண்டு அத்துடன் அந்தப் பூச்செடியையும் போட்டு எடுத்துப் போய் அதன் புற்றுக்கு அருகில் விட்டுவிட்டு வந்தாள். தினம் அந்த வாசனைத் திரவியத்தை அந்தப் பூச்செடியின் மீது தெளித்து வந்தாள். ஒரு நாள் வேலை காரணமாக அங்குப் போக முடியவில்லை. நாகம் மீண்டும் அவள் வீட்டில் குடியேறியது. ●

கர்ட் வன்னேகாட்*டுடன் நடந்த உரையாடல்

நாவலாசிரியர் கர்ட் வன்னேகாட் இறப்பதற்கு இரண்டு நாட்களுக்கு முன் சந்தித்தேன். அவருடைய கசாப்புக்கடை–5* என்ற மிகப் பிரபலமான நாவல் குறித்து விவாதித்தேன். அதில் ட்ரால்ஃபமடோரியன்* என்ற வேற்றுக்கிரகவாசிகள் இனம் குறித்து விரிவாக எழுதியிருந்தார். அந்த வேற்றுக்கிரகவாசிகளை அவர் நேரில் சந்தித்திருப்பதாகத் தெரிந்ததால் அவரைப் பார்க்கச் சென்றிருந்தேன். அவர் வேறு சில வேற்றுக்கிரகவாசிகளைச் சந்தித்திருப்பதாகவும் அவர்களை அப்படியே கதையில் பயன் படுத்தினால் ஏதாவது விபரீதம் ஏற்படும் என்பதால் இப்படி உருமாற்றி வேறு பெயரில் பயன்படுத்தியதாகச் சொன்னார். அவர் சந்தித்த வேற்றுக்கிரகவாசிகள் ஆல்ஃபா சென்டாரி என்ற விண்மீன் கூட்டத்தைச் சேர்ந்த ஒரு கிரகத்திலிருந்து வந்ததாகவும் குறிப்பிட்டார். அப்போது தன்னுடைய மரணத்தைப் பற்றியும் கூறினார். தான் இறந்த பின் அந்த வேற்றுக்கிரகவாசிகள் தன்னை அழைத்துச் சென்றுவிடுவார்கள் என்று சொன்னார். அவர்கள் பூமிவாசிகளைக் கண்காட்சியாக வைத்துப் பார்ப்பதற்காக அழைத்துப் போகிறார்கள் என்றும் குறிப்பிட்டார். கசாப்புக்கடை–5 கதையில் வந்த பில்லி பில்கிரிம்* பாத்திரம் அவருடையதா என்று கேட்டேன். ஓரளவு ஒற்றுமை இருப்பதாகச் சொன்னார். அந்த வேற்றுக்கிரகவாசிகளிடம் ஏன் சரணடையவேண்டும் என்று கேட்டேன். வேறு எந்த முடிவுக்காகவும் காத்திருப்பதில் தனக்கு ஆர்வம் இல்லை என்று கூறினார். அந்தக் கிரகத்திற்குப் போகலாம் என்ற உறுதியான முடிவு ஆறுதல் அளிப்பதாகவும் குறிப்பிட்டார். என்னையும் அந்த வேற்றுக்கிரகத்தில் கண்காட்சிப் பொருளாக வைத்துக் கொள்ளப் பரிந்துரைக்கலாமா எனக் கேட்டார். நான் வேண்டாம் என்று கூறிவிட்டேன். வேறு என்ன காரணத்தினால் அந்த வேற்றுக் கிரகவாசிகளுடன் செல்ல அவர் முடிவெடுத்தார் என்று கேட்டேன். அங்குக் கடிகாரம் இல்லை என்றார்.

---

* கர்ட் வன்னேகாட் அமெரிக்க நாவலாசிரியர். ஜெர்மனியிலிருந்து குடிபெயர்ந்தவர். இரண்டாம் உலகப் போரின் போது ஜெர்மனியில் ட்ரெஸ்டன் நகர் அழிக்கப்பட்டதை நேரில் கண்டவர். அதனை வைத்து கசாப்புக்கடை–5 *(Slaughterhouse-V)* என்ற பின்நவீனத்துவ நாவலை எழுதியவர். அந்த நாவலாசிரியரும் அந்த நாவலில் வந்த பில்லி பில்பிரிகிம் மற்றும் ட்ரால்ஃபமடோரியன் கதாபாத்திரங்களும் மீண்டும் இங்குக் கதாப்பாத்திரங்களாகப் பயன்படுத்தப்பட்டுள்ளனர்.

கல்

சிறுமியை வன்புணர்வு செய்ததற்காக அவன் மீது நீதிமன்றத்தில் வழக்கு நடந்து வந்தது. பல நாட்களாக அவனுக்குத் தண்டனை கிடைக்கக் காவல்துறையும் பாடுபட்டு வந்தது. ஆனால் குற்றம் நிரூபிக்கப்படாமலேயே இருந்தது. அன்றும் வழக்கம் போல் அவனை அழைத்து வந்தார்கள். வழக்கு ஒத்திவைக்கப்பட்டது. அவனை மீண்டும் அழைத்துப் போவதற்கான வண்டியில் ஏற்ற இருந்த போது அவன் அதே இடத்தில் ஆடாமல் அசையாமல் நின்று விட்டான். யாராலும் அவனை அந்த இடத்திலிருந்து நகர்த்த முடியவில்லை. ஒரு பொம்மையைப் போல் அதே இடத்தில் நின்றுவிட்டான். மருத்துவக் குழு அவனை நகர்த்த முயற்சி செய்தும் முடியவில்லை. காவல் துறையினர் பலம் கொண்ட மட்டும் அவனை நகர்த்திப் பார்த்தனர் முடியவில்லை. அவனை வேடிக்கைப் பார்க்கக் கூட்டம் கூடிவிட்டது. அவன் அப்படியே நின்று பல நாட்கள் ஓடிவிட்டன. அவன் மீதிருந்த வழக்கை என்ன செய்வது என்று தெரியாமல் நீதிமன்றமும் குழம்பிப் போனது. அவன் நின்றிருந்த இடத்தில் எப்போதும் காலவர்கள் பணியில் இருந்தார்கள். அவனிடம் எந்த மாற்றமும் இல்லை. பல நாட்கள் ஆனபின், அவன் மீதிருந்த கவனம் குறையத் தொடங்கியது. சிலர் அவன் மீது கல்லெறிந்து பார்த்தார்கள். அதனால் அவன் முகத்தில் ஆங்காங்கே பள்ளங்கள் உருவாயின. பளிங்குக் கல்லாக அவன் சமைந்துவிட்டான் போல் இருந்தது. இந்த நிகழ்வு பல குற்றவாளிகளுக்கும் அச்சத்தை ஏற்படுத்தியது. குற்றம் நிரூபிக்கப்படாவிட்டாலும் இது போன்ற தண்டனைகள் வந்துவிடும் என அவர்கள் பெரிதும் அச்சப்பட்டனர். ஒரு நாள் கடும் மழை பொழிந்தது. அவன் கரைந்து காணாமல் போனான்.

காகம்

தான் எப்படியாவது மயிலாகிவிட வேண்டும் என்று காகம் ஒன்று பெருந்தவம் இருந்தது. மயில் தோகைகளைக் கொண்டு வந்து கூட்டில் வைத்து அதன் மீது அமர்ந்து தவம் செய்தது. அதிகமாகக் கரையவே இல்லை. ஏனெனில் மயில் போல் குரலும் வாய்க்க வேண்டும் எனக் கவனம் கொண்டது. மயில் போன்ற அழகும் கம்பீரமும் வாய்த்துவிட்டால் முருகனின் அருள் பார்வை கிடைக்கும் என எண்ணியது. மயில் தோகை விரிப்பது போலவும், நடனம் ஆடுவது போலவும் கனவு கண்டது. அந்த மயிலாக, தான் ஆகிவிட்டதாக எண்ணி ஒயிலாக நடமாட ஆசைகொண்டது காகம். மயில் தோகை விரித்தால் பின்புறம் வேல் போல் தெரியும் தோற்றம் கிடைக்கும் என்று நினைத்து, அதற்காக ஏங்கிப் போனது. தான் மயிலாகிவிட்டால் தன் சந்ததிகள் அனைத்தும் மயிலாகிவிடும் என நினைத்து இறுமாந்து கொண்டது. முருகனை எண்ணிப் பலவாறு துதித்தது. முருகன் தோன்றி காகத்திடம் எதற்காக மயிலாகவேண்டும் எனக் கேட்டான். அப்போதுதான் அவனுடைய இருப்பிடத்தில் வசிக்க முடியும் என்றது காகம். மயிலாகாமலேயே தன்னிடத்தில் வசிக்கலாம் என்றான் முருகன். ஆனால் மயிலானால்தான் அங்கிருப்பவர்கள் என்னை மதிப்பார்கள் என்றது காகம். பிறர் மதிப்பதற்காக எதற்கு உருமாற வேண்டும் என்றான் முருகன். என் அழகு கூடும் என்றது காகம். அழகு நிலையானதல்ல என்றான் முருகன். மயில் பெற்றிருக்கும் மதிப்பைப் பெற வேண்டும் என்றது காகம். மயில் மதிப்பு பெற்றிருப்பதாக வீண் கற்பனை செய்யக் கூடாது என்றான் முருகன். காகம் என்பதால் எல்லோரும் உதாசீனப்படுத்துகிறார்கள் என்றது. தோற்றத்திற்கு இத்தனைக் கவனம் கொண்டு மயில் ஆகிவிட்டால்கூட தன் இடத்திற்கு வரமுடியாது என்றான் முருகன். மயிலாக மாறி சில மணித்துளிகள் மட்டும் முருகனின் இருப்பிடத்தில் இருக்க அனுமதி கேட்டது காகம். தன்னிடத்தில் சில மணித்துளிகள் மிக நீளமானவை என்றான் முருகன். தான் பேசியது எல்லாமே அபத்தமானவை என்று கூறி முருகனிடம் இருக்கவேண்டும் என்பது மட்டுமே தன் நோக்கம் என மன்னித்து அருளுமாறு கெஞ்சியது காகம். மயிலும் காகமும் இணைந்து புதிய பறவையாய் தன்னிடம் வாழ முருகன் அருளினான். ●

மூப்பு

இந்த எண்பது வயதில் மனைவியின் இளமைக் காலத்தை எண்ணிப் பார்ப்பதில் இருக்கும் ஆனந்தம் அலாதியானது. அதனால் அவளுக்கு இப்போதைய பெண்கள் உடுத்தும் உடைகளை வாங்கிக் கொடுத்தேன். அவளுக்கு எல்லாமே பொருத்தமாக இருந்தன. இன்றைய பெண்களைப் போல அவள் நடை உடை பாவனைகள் மாறியிருந்ததைப் பார்க்கக் கண் கொள்ளாக் காட்சியாக இருந்தது. அவளுடன் புதிய திரைப் படத்திற்குப் போனது ஒரு தனி அனுபவமாக இருந்தது. அவளுக்கு அந்தப் படம் பிடித்தது. எனக்குப் பிடிக்கவில்லை. என் வயது மூப்பினால் அது போன்ற படங்களை ரசிக்க முடியவில்லை. அவள் அதைப் பொருட்படுத்தவில்லை. வழி நெடுகிலும் பலரும் அவளை உற்றுப் பார்த்தனர். எனக்குப் பெருமிதமாக இருந்தது. அவளின் பொங்கும் இளமையும் இன்றைய இளம் பெண்கள் போன்ற தோற்றமும் எல்லோரையும் திரும்பிப் பார்க்க வைத்தன. அவள் இப்படி இருப்பதைத்தான் நான் பெரிதும் விரும்புகிறேன். அவள் எப்போதும் இப்படியே இருந்து விட்டால் எனக்கு ஆறுதலாக இருக்கும். அவள் இளமையாகிவிட்டதால் என்னைத் தனக்கு நிகரான நபராக வைத்துக் கொள்ள விரும்புவாளா என்ற சந்தேகம் எனக்குள் தோன்றியது. அவள் என்னை விட்டுப் பிரிந்து செல்ல முற் பட்டால் என் இதயம் வெடித்துவிடும். அவள் இளமையாகி விட்டதால் என் பேத்தி போல் இருக்கிறாள். அவளுக்கு என்னைப் பற்றித் தாழ்வு மனப்பான்மை நிச்சயம் ஏற்படும். அதை என்னால் போக்க முடியாது. ஆனால் அவளை என்னுடன் இருக்க வேண்டும் எனக் கட்டாயப்படுத்தவும் நான் விரும்பவில்லை. நான் இறந்து விட்டால் அவள் வேறு யாராவது ஒருவரோடு உறவை ஏற்படுத்திக் கொள்ளலாம். ஆனால் அதையும் என்னால் ஜீரணிக்க முடியவில்லை. என்னால் தூங்க முடியவில்லை. அவளுடைய உடைகளைப் பார்த்துக் கொண்டே அமர்ந்திருந்தேன். அடுத்த நாள் இரவு அவளுக்குத் தூக்க மாத்திரைகளைப் பாலில் கலந்து கொடுத்தேன். இனி அவள் எழுந்திருக்கப் போவதில்லை என்றாலும் அவளுடைய உடைகள் மட்டும் அவளுடைய நினைவை பசுமையாக வைத்துக் கொள்ளப் போதும் என எண்ணிக் கொண்டேன்.

விபத்து

அவன் தன்னுடைய மனித ரோபாட்டை வடிவமைக்கத் தொடங்கினான். இந்த எந்திர மனிதன் எல்லா வகையிலும் மனிதனை விட அதிகத் திறன் வாய்ந்ததாக இருக்க பல முன்னேற்பாடுகளைச் செய்தான். எந்திரங்கள், வாகனங்கள், ஆயுதங்கள், விலங்குகள், மரங்கள், மனிதர்கள் என எல்லாக் காரணங்களினாலும் வரும் அபாயங்களைப் பதிவு செய்தான். இதில் முக்கியமான ஒரு வளர்ச்சியாக முன்னுணர்வு கொள்வதற்கான சூத்திரத்தை உருவாக்கி எந்திர மனிதனின் மூளையில் வைத்தான். இதனால் அது நிலநடுக்கம் முதல் புயல் மழை வரை வரக்கூடிய அபாயங்களை முன் கூட்டியே கணித்தது. இத்தனையும் செய்தும் அதில் ஏதோ குறை இருப்பது போல் அவனுக்குப்பட்டது. மனித மூளை எதைச் சிந்தித்துக் கொண்டிருக்கிறது, ஓர் அனுபவத்திற்குப் பின் என்ன சிந்திக்கும் என்பதைக் குறித்த அறிவை உருவாக்கி எந்திர மனிதனுக்குக் கொடுத்தால் ஓரளவு எந்திர மனிதன் அதிமனிதன் ஆவான் என அவனுக்குத் தோன்றியது. அதையும் நிகழ்ச்சி நிரலாக மாற்றி அந்த எந்திரத்தின் கணினியில் பதித்தான். அதனைச் சோதித்துப் பார்க்க எண்ணினான். தான் சிந்திப்பது குறித்துக் கேட்டான். எந்திரக் கணினியில் அடுத்து என்ன புதிய அம்சத்தை உருவாக்கலாம் எனச் சிந்திப்பதாகச் சரியாகப் பதிலளித்துவிட்டது அது. மேலும் சில அம்சங்களைக் குறித்து யோசித்துக் கொண்டே தன் இருக்கையில் அமர்ந்தான். எந்திர மனிதன் அபாயம் அபாயம் என அலறினான். எதற்காக அலறுகிறாய் எனக் கேட்டான். மனிதனுக்கு விபத்து வரப்போவதாகக் கூறியது. எந்த மனிதன் எனக் கேட்டான். அதற்குச் சொல்லத் தெரியவில்லை. உலகத்திலுள்ள மனிதர்கள் அனைவரைப் பற்றியும் அது அறிந்தால் மட்டுமே அது துல்லியமாகச் சொல்லும். தன்னைப் பற்றிக் கூட அதன் மூளையில் பதிவு செய்யவில்லையே என நினைத்தான். என்ன செய்வது எனச் சிந்தித்துக் கொண்டே எழுந்து போய் கையைத் தவறுதலாக மின்சார இணைப்பில் வைத்துவிட்டான். மின்சாரம் தாக்கி தூக்கி எறியப்பட்ட அவன் மூச்சு நின்றது. அபாயம் அபாயம் என எந்திர மனிதன் அலறிக் கொண்டிருந்தான். ◆

தொடர்

அவன் எழுதும் தொடர்கதைகளை அவள் விரும்பி வாசித்து வந்தாள். அந்தக் கதைகளில் வரும் கதாநாயகிகளைத் தன்னை நினைத்து எழுதியதாகவே அவள் கருதிக் கொள்வாள். பல கதைகளின் முடிவுகளை அவள் பெரிதும் ரசித்திருக்கிறாள். அவனுக்கு அடிக்கடி மின்னஞ்சலில் தொடர்பு கொண்டு கதையின் போக்குகளைக் குறித்து விவாதிப்பாள். அவன் தொலைபேசி எண்ணை அவளிடம் கொடுக்க மறுத்தான். எப்படியோ தேடி அதையும் வாங்கிவிட்டாள். ஆனால் அவள் பேசுவதை அவன் விரும்பவில்லை. குறுஞ்செய்திகள் மட்டும் அனுப்ப அனுமதி தந்தான். அதில் தன் குணநலன்களை விளக்கினாள். கதையின் நாயகிகள் தன்னைப் போல் இருக்கவேண்டும் என எதிர்பார்ப்பதாகக் கூறினாள். ஆனால் அவன் அவளுடைய கருத்துகளைப் பெரும்பாலும் புறக்கணித்து விடுவான். அவன் போக்கில் எழுதுவதை எப்படியும் இவள் விரும்பியே தீருவாள். ஒரு பிரபல வார இதழில் அவனது ஒரு தொடர் வந்து கொண்டிருந்தது. அதில் வரும் கதாநாயகியை வேண்டுமென்றே அவளைப் பிரதிபலிப்பது போல் உருவாக்கி யிருந்தான். அதில் அவளுக்குப் பரம திருப்தியும் மகிழ்ச்சியும் ஏற்பட்டது. இறுதியில் கதை என்ன ஆக வேண்டும் எனப் பல யோசனைகளைக் கூறிக்கொண்டே இருந்தாள். கதையின் நாயகியின் திருமணம் குறித்த சிக்கல் இறுதிக் கட்டத்தை எட்டியிருந்தது. கதாநாயகனை அந்தக் கதாநாயகி மணந்து கொள்ளக் கூடாது என்று இவள் கூறினாள். அப்படி ஒரு காட்சியை அமைத்தால் இவள் தற்கொலை செய்து கொள்ளப் போவதாக மிரட்டினாள். அவன் அதனால் எரிச்சலடைந்தான். கதையின் நாயகி கதாநாயகனைத் திருமணம் செய்யாமல் போனால் வாசகர்கள் விரும்பமாட்டார்கள். என்ன செய்வது என யோசித்தான். கதையின் நாயகி கதையிலிருந்து வெளியேறி விட்டதாகவும் அவள் தன்னைச் சந்தித்தால் தானே அவளைத் திருமணம் செய்து கொள்ளத் தயாராக இருப்பதாகவும் கூறி கதையை முடித்தான். இதைத்தான் அவள் எதிர்பார்த்துக் கொண்டிருந்தது என்று கூறி அவனைச் சந்திக்க நேரில் வந்து நின்றாள்.

யார்

அவளைப் பெரிதும் விரும்பினான் அவன். பெரும் பாடுபட்டு அவளை மணமுடித்தான். அவளுடன் தனிமையில் முதன் முதலாக அந்த இரவில் இருக்கப் போகிறோம் என்ற நினைப்பே அவனை மகிழ்ச்சியில் மூழ்கடித்துக் கொண்டிருந்தது. அவள் வந்தாள். அவளைக் கண்டவுடன் அவனுக்கு வியர்த்தது. இதுவரை தான் பழகிவந்த பெண் இவள் இல்லையோ என ஒரு முறை சந்தேகம் அவனுள் வந்து போனது. அவளிடம் இயல்பாகப் பேசக் கூட அவனால் முடியவில்லை. அந்த அறையை விட்டு ஓடிவிடலாமா என நினைத்தான். அவளை அந்த நிமிடத்திலிருந்து வெறுக்கத் தொடங்கினான். இனம் புரியாத விரக்தி அவன் மனதில் குடி கொண்டது. அவள் யார் என்பதை எப்படிக் கண்டுபிடிப்பது என்பதை பற்றி மட்டுமே மூளை யோசித்தது. அவளை அழைத்துக் கண்ணாடி முன் நிறுத்தினான். அதில் பாம்பும் பெண்ணும் இணைந்த பிம்பம் தெரிந்தது. அவனுக்கு மயக்கம் வரும் போல் இருந்தது. இருந்தாலும் அவளிடமிருந்து தப்பிக்க என்ன வழி இருக்கிறது என எண்ணிப் பார்த்தான். அவள் சிரித்துக் கொண்டே அவன் பக்கம் திரும்பினாள். நாம் இருவரும் நம் இனத்தைப் பற்றி அறியாமலேயே ஒருவருடன் ஒருவர் எப்படி சரியாக உறவை உருவாக்க முடிவு செய்தோம் என்பதுதான் இப்போது வரை எனக்கு ஆச்சரியமாக இருக்கிறது என்றாள். இவனால் அதைக் கேட்டு அமைதியாக இருக்க முடியவில்லை. நீ பாம்பு என்னை ஏமாற்றி மண முடித்திருக்கிறாய். நான் உன்னை விட்டு விலகுகிறேன் என்றான். அவள் ஒரு நிமிடம் என்று கூறி தன் கண்களை விரித்து அதில் அவனுடைய பிம்பத்தைப் பார்க்கச் செய்தாள். ஒரு பாம்பு படம் எடுத்து நின்றிருந்தது.

கண்

ஒற்றைக் கண் மட்டும் வரையப்பட்ட அந்த ஓவியம் ஏலத்திற்கு வந்திருந்தது. அந்த ஓவியம் அது வரை நான்கு பேரிடம் கை மாறி வந்திருக்கிறது. அந்த ஓவியத்தில் ஒரே ஒரு கண் பெரிதாக வரையப்பட்டிருந்தது. அதை முதலில் வாங்கியவர் காணாமல் போய்விட்டார். அவரைத் தேடுவது இன்னும் தொடர்கிறது. மிகப் பெரிய செல்வந்தரான அவர் ஏன் காணாமல் போனார் என்பதற்கான எந்தத் துப்பும் இது வரை கிடைக்காமல் இருந்தது. அவரது வீட்டில் இருந்த அந்த ஓவியத்தைப் பார்த்த அவரது நண்பர் அதனை வாங்கிக் கொண்டார். அந்த இரவு அவருக்குப் பக்கவாதம் ஏற்பட்டு பேச்சிழந்தார். அதன் பின் படுத்த படுக்கையாகி விட்டார். அவரைக் காண வந்த மற்றொரு நண்பர் அந்த ஓவியத்தை வாங்கிச் சென்றார். அதை அவர் வீட்டில் மாட்டிவிட்டுத் திரும்பிய போது படிகளில் உருண்டு விழுந்து இறந்து போனார். அவரது சாவுக்கு வந்திருந்த அவரது நண்பர் அந்த ஓவியத்தால் ஈர்க்கப்பட்டு அதனை வாங்கிச் சென்றார். அடுத்த வாரம் அவருடைய தொழிலில் பெரும் நஷ்டம் ஏற்பட்டு சொத்துக்களை இழந்தார். அந்த ஓவியத்தையும் ஏலத்துக்கு வைத்துவிட்டார். அந்த ஓவியம் அதுவரை யாரிடம் எல்லாம் இருந்தது எனப் பார்த்து அதனை ஏலம் எடுக்க வந்திருந்தவர்கள் விலை கூறிக் கொண்டிருந்தனர். அப்போது அங்கு வந்த ஒரு சிறுவன் அந்த ஓவியத்தை வாங்குபவர்களுக்குத் தீங்கு வந்து சேரும். இது வரை வாங்கியவர்களின் கதி என்னவாயிற்று என்று எடுத்துக் கூறி விளக்கினான். எல்லோரும் அவனை ஏளனப் படுத்தினர். அவன் அந்த ஓவியத்தில் இருக்கும் கண் சூனியம் செய்பவர்களுடையது என்றும் அதை வீட்டில் வைத்தால் அவர் வாழ்வில் பெரும் இழப்பு ஏற்படும் என்றும் கூறினான். அந்தக் கணத்தில் அந்தக் கண் அந்த ஓவியத்திலிருந்து பிரிந்து அவன் அருகில் வந்தது. கூர்மையான பார்வையை அவன் மீது செலுத்தியது. அவன் தன்னிடம் ஒரு கண்ணாடியை வைத்திருந்தான். அதில் அந்தப் பார்வையைக் குவித்தான். அந்தக் கண் சுருங்கி அந்தக் கண்ணாடியில் ஒட்டிக் கொண்டது. அதனைத் தூக்கி வீசி எறிந்து உடைத்தான். ●

நடிப்பு

வேலையிலிருந்து நிரந்தர ஓய்வு பெற்ற பின் அதைக் கொண்டாட இவள் தன் தோழியருடன் சேர்ந்து தனக்குப் பிடித்த சுற்றுலாத் தலத்திற்கு வந்திருந்தாள். அங்கு இவளுக்குப் பிடித்தும் பிடிக்காத நடிகையை ஒரு திரைப்படம் எடுத்துக் கொண்டிருக்கும் இடத்தில் சந்தித்தாள். அந்த நடிகையிடம் இவள் பேசவில்லை. அந்த நடிகை மிகவும் இளமையானத் தோற்றத்துடன் இருப்பதாக இவளுடைய தோழிகள் கூறினார்கள். அறைக்குத் திரும்பிய பின்னும் அவளால் நடந்த நிகழ்வுகளை மறக்க முடியவில்லை. காலையில் எழுந்தவுடன் தோழிகளைப் பார்த்து மைனாவின் குரலில் வணக்கம் கூறினாள். அவர்களுக்கு அதிர்ச்சியாக இருந்தது. தொடர்ந்து எது கேட்டாலும் இவள் மைனாவைப் போல் மிழற்றிக் காட்டினாள். அனைவரும் சேர்ந்து இவளை ஒரு மனநல மருத்துவரிடம் அழைத்துச் சென்றார்கள். இவளைப் பரிசோதித்த மருத்துவர் இவள் ஏதோ ஒரு காரணத்தால் அதிகமாகப் பாதிக்கப்பட்டுள்ளதாகப் புரிந்து கொண்டு தன் மருத்துவமனையில் ஒரு வாரம் தங்கச் சொன்னார். மற்றவர்கள் இவளை அங்கே விட்டுக் கிளம்பினார்கள். அடுத்த நாள் மருத்துவர் ஆழ்மனச் சோதனைக்கு உட்படுத்தினார். நீ யார் என்று கேட்டார். சுற்றுலாவில் சந்தித்த நடிகை என்றாள். மைனாவின் குரலில் ஏன் பேசுகிறாய் என்று கேட்டார். அந்த நடிகைக்குப் பின்னணிக் குரல் கொடுப்பவர் மைனா போல் பேசுவதால் தானும் அவ்வாறு பேசுவதாகக் கூறினாள். திரைப்படத்தில் இப்போது நடிக்க முடியுமா என்று கேட்டார். அந்த நடிகையைவிட, தான் இளமையாக இருப்பதால் முடியும் என்றாள். இரவு மருத்துவர் ஒரு நோயாளியை அழைத்து வந்தார். அவன் புலியின் கர்ஜனை ஒலிப்பது போல் அவளைப் பார்த்து தன்னை அறிமுகம் செய்து கொண்டான். அந்த நோயாளி நடிகராகும் ஆசையில் இப்படி புலிக் குரலில் பேசித் திரிவதாகச் சொன்னார் மருத்துவர். அடுத்த நாள் அந்த புலிக் குரல் நோயாளியை அழைத்து அவளுடன் சேர்ந்து சில திரைப்படப் பாடல் காட்சிகளில் வரும் கதாநாயகன்–கதாநாயகியின் ஆடல் முத்திரைகளைச் செய்யச் சொல்லி அவற்றைப் புகைப்படம் எடுத்து அவற்றை ஓர் ஆல்பமாகச் செய்து அவர்களிடம் கொடுத்து திரைப்படம் எடுக்கும் நிறுவனங்களில் வாய்ப்புத் தேடும்படி கூறி இருவரையும் அனுப்பி வைத்தார்.

களவு

அவன் சிறிய சிறிய கண்டுபிடிப்புகளைச் செய்யக்கூடியவன். ஆனால் அவற்றைக் கொண்டு கண்டுபிடிக்கவே முடியாத பல களவு வேலைகளைச் செய்திருக்கிறான். ஒரு வங்கியின் பணக் கிடங்கு இருக்கும் அறைக்குள் அவனால் நுழைய முடியவில்லை. அந்தக் கதவு திறக்கச் சிலருடைய விழித்திரையைப் பதிவு செய்திருப்பதாலும் அவர்களுடைய பெருவிரல் அடையாளத்தைக் கொண்டிருப்பதாலும் லேசர் கதிர்களைப் பாய்ச்சுவதாலும் மட்டுமே திறக்கும். லேசர் கதிர்களைப் போலவே ஒளிக் கற்றைகளைப் பாய்ச்சக்கூடிய ஒரு கடிகாரத்தை உருவாக்கிக் கட்டிக் கொண்டான். அந்தக் கதவுகளைத் திறக்கும் நபர்கள் யார் எனப் பார்த்து அவர்களின் விழித்திரையைப் போன்றே மிக மெல்லிய திரையை உருவாக்கி தன் கண்ணில் பொருத்திக் கொண்டான். அதே போல் பெருவிரலுக்கும் ஓர் உறையை உருவாக்கி அணிந்து கொண்டான். ஓர் இரவு அந்த வங்கிக்குச் சென்று அங்கு எச்சரிக்கை மணிகளை முதலில் நிறுத்தினான். காவலாளிக்கு மயக்க மருந்து கொடுத்தான். வேவு பார்க்கும் கேமரா இருந்ததால் அதனைச் செயலிழக்கச் செய்வது ஒன்றும் அவனுக்குப் பெரிய வேலை இல்லை. அந்தக் கதவுக்கு அருகில் சென்று விழித்திரையைக் காட்டினான். பெருவிரலை வைத்தான். கடிகாரத்திலிருந்து லேசர் கதிர்களைப் பாய்ச்சினான். கதவு திறந்துகொண்டது. உள்ளே சென்று தேவையான பணத்தை அள்ளிக் கொண்டு முதலில் எல்லாம் எப்படி இருந்ததோ அப்படியே சீர் செய்து வைத்துவிட்டு கதவையும் பூட்டிவிட்டு வந்துவிட்டான். அந்தக் கண் திரையையும் பெருவிரலின் உறையையும் கழற்றி வீசினான். காவலாளியிடம் அவன் நெருங்கிப் பழகினான். அவன் மீது மயக்க மருந்து தெளித்தது யார் எனக் காவலாளியால் அறிந்து கொள்ள முடியவில்லை. வெளிநாடு தப்பித்துச் செல்ல விமானநிலையம் வந்தான். அவனிடம் ஏதோ ஒரு சக்தி வாய்ந்தப் பொருள் இருப்பதாக அங்கிருந்த கருவி காட்டிக் கொடுத்தது. அவன் தன் கையில் கட்டியிருந்த லேசர் ஒளிக்கற்றையைப் பாய்ச்சும் கடிகாரத்தைக் கழற்ற மறந்துவிட்டான். அதைக் கண்டுபிடித்தக் காவல்துறையினர் அவன் வங்கியில் கொள்ளையடித்ததைத் துருவிப் பார்த்துக் கண்டுபிடித்தனர்.

நிறம்

அவன் நிறங்களைக் குறித்து ஆய்வு செய்பவன். பல இடங்களுக்கும் சென்று இந்த ஆய்வைச் செய்து வந்தான். அந்த வகையில் ஒரு பழங்குடி இனம் இருக்கும் மலைக் குகைகளுக்குச் சென்று ஆய்வை நடத்தினான். அங்கிருப்பவர்களிடம் இயற்கையின் நிறங்களைக் குறித்துக் கேட்டான். அவர்களுக்கு நிறங்கள் என்றால் என்ன என்றே தெரியவில்லை. இவன் அவர்களுக்குப் புரியாத ஆனால் தீங்கு விளைவிக்கக்கூடிய ஏதோ ஒன்றைக் கேட்கிறான் என அவர்கள் நினைத்தார்கள். இவனைப் பிடித்துப் போய் அவர்களுடைய தலைவரிடம் விட்டார்கள். இவன் செய்த தவறைக் குறித்து விசாரித்த அந்தத் தலைவர் இவன் கேட்ட கேள்விகளைத் தன்னிடம் கேட்குமாறு பணித்தார். இவனும் அவருக்கு இந்த விவரங்கள் தெரிந்திருக்கலாம் எனும் எண்ணத்தில் வானத்தின் நிறம் என்ன என்றான். வானம் பல வகைகளில் காட்சி அளிக்கிறது. அதை நீ ஏன் ஒற்றைத் தன்மை கொண்டதாகப் பார்க்கிறாய் எனத் தலைவர் கேட்டார். பின் வேறு கேள்வி என்ன என்றார். இலைகளின் நிறம் என்ன என்றான். இலைகளின் இயல்பை ஒரு நிறத்தில் அடைத்துவிட நினைக்கிறாயா என்று தலைவர் மறுகேள்வி கேட்டார். மேலும் இப்படி எல்லா நிறங்களையும் பிரித்து நீ என்ன செய்யப் போகிறாய் என்றும் விசாரித்தார். அப்போது பழங்குடி இனத்தின் கூட்டம் அங்குக் கூடியிருந்தது. அங்கிருந்த ஒருவன் எழுந்து மனிதத் தோலின் நிறத்தையும் இவன் பிரிக்கிறான் தலைவரே என்றான். இது கடுங்கோபத்தைத் தலைவருக்குக் கொடுத்துவிட இவன் கண்களைக் கட்டி வைத்து இவனுக்குச் சமைக்காத உணவைக் கொடுங்கள். இவன் நிறங்களை மறக்கும் வரை கண்களைக் கட்டி வையுங்கள் என உத்தரவிட்டார். சில நாட்கள் கடந்தன. ஒரு நாள் தலைவர் முன் அவன் கண்களின் கட்டு அவிழ்க்கப்பட்டது. அவன் முன் ஒரு வெள்ளை எலியை வைத்து, இது என்ன நிறம் என்று தலைவர் கேட்டார். நிறத்தைக் கூறினால் தண்டனைக் கிடைத்துவிடும் என அஞ்சி அது உங்கள் மனதின் நிறம் என்றான். உடனே தலைவர் என் மனதின் நிறத்தைக் கூட இவன் அறிந்திருக்கிறான். இவன் நிறங்களை மறக்கவே இல்லை. ஆயுள் முழுக்கக் கண்களைக் கட்டிச் சிறைப்படுத்தி விடுங்கள் எனத் தீர்ப்பளித்தார்.

கண்ணாடி

அவன் அந்தக் கண்ணாடியை ஒரு கண்காட்சியில் வாங்கினான். அங்குப் பார்த்த போது தலைகீழ் பிம்பங்களைக் காட்டியது. தூரத்தில் இருக்கும் பிம்பங்களைக் காட்டவில்லை. அருகில் வந்தால்தான் காட்டியது. இது வேடிக்கையாக இருக்கவே அதைக் கொண்டு வந்து வீட்டில் வைத்தான். அதில் தன் முகத்தைப் பார்த்தபோது நம்பவே முடியாத அளவுக்கு முகத்தை நேர்த்தியாகக் காட்டியது. தன்னுடைய பிம்பம் தானா என்ற சந்தேகம் அவனுக்கு எழுந்தது. கொஞ்சம் தொலைவு சென்றான். பிம்பம் அருகில் வந்தது. அவனுக்கு ஆச்சரியமாக இருந்தது. ஓடி அருகில் வந்தான். பிம்பம் தூரச் சென்று சிறியதாகிவிட்டது. இதில் ஏதாவது கணினி இருந்து இத்தகைய வித்தைகளைக் காட்டவைக்கிறதா எனச் சந்தேகம் கொண்டான். மிக அருகில் சென்று நின்றான். கண்களை மட்டுமே காட்டியது. கண்ணாடி மீது இவனுக்கு இப்போது ஆற்றாமை வந்தது. ஏன் இயல்பான பிம்பத்தைக் காட்டவே காட்டதிருக்கிறது என்று கேட்டான். நீ இயல்பாக இல்லாத போது பிம்பம் மட்டும் இயல்பாக இருக்குமா என இவனுடைய பிம்பம் கண்ணாடியிலிருந்து பேசியது. இவன் சோர்ந்து போய் தூங்கிப் போனான். இரவு தூக்கம் கலைந்துவிட்டது. கண்ணாடியைப் பார்த்தான். இவனுடைய பிம்பம் இவனை உற்று நோக்கியவாறு இருந்தது. இந்தக் கண்ணாடியைக் காலையில் கொண்டு போய் உடைக்க வேண்டும். அல்லது அந்த விற்பனையாளனிடமே கொடுத்து விடவேண்டும் என முடிவு செய்துவிட்டுத் தூங்கிவிட்டான். காலையில் எழுந்து பார்த்த போது அந்தக் கண்ணாடியைக் காணவில்லை. அதன் விற்பனையாளனைப் போய்ப் பார்த்தான். காலையில்தான் அவன் அந்தக் கண்ணாடியைத் திருப்பிக் கொண்டு வந்து கொடுத்தான். மீண்டும் அந்தக் கண்ணாடி வேண்டுமா என விற்பனையாளன் கேட்டான். ●

வால் நட்சத்திரம்

அந்தச் சிவப்பு வால் நட்சத்திரத்தின் வால் அவன் வாழும் கிரகத்தை உரசப் போகிறது. அதனால் அந்தக் கிரகத்தில் பனிப் பொழிவு தொடங்கிவிடும். கிரகத்திலுள்ள பனி உருகி முழு கிரகத்திலும் நிறைந்துவிடும். அது பல நாள் நீடிக்கும். மீண்டும் பனி உருகி, நீராகி ஆவியாகிப் போகும் வரை புல் பூண்டும் முளைக்காது. பனியில் வாழும் உயிர்கள் தவிர பிற எல்லாம் அழிந்துவிடும். இதுதான் அவன் வானியல் சாஸ்திரம் பற்றிப் படித்துக் கொண்டிருக்கும் போது தெரிய வந்தக் கணிப்பு. இதிலிருந்து அவனுடைய கிரகத்தையும் அதில் இருக்கும் உயிர்களையும் காப்பாற்ற என்ன செய்யலாம் எனத் திட்டமிட்டதில் இரு யோசனைகள் அவனுக்குக் கிடைத்தன. கிரகத்தின் அடித்தகட்டில் வாழ்வதற்கான வழிகளைத் தேடுவது. இரண்டாவது வேறொரு கிரகத்திற்கு குடிபெயர்வது. பல விண்கலன்களை உருவாக்கி விண்வெளியில் சுற்றி வந்து பொருத்தமான கிரகத்தைத் தேடி குடியமரலாம் என்றும் அவனுக்குத் தோன்றியது. இதில் எது வேகமாக நடக்கும் எனப் பார்த்தால் பல விண்கலன்களை உருவாக்குவதுதான். ஆனால் எத்தனை பெரிய கலன்களை உருவாக்கினாலும் அத்தனை ஜீவராசிகளுக்கும் போதாது. எனவே ஒவ்வொரு உயிர்க்கும் தனித்தனியாக எளிமையாக இயக்குவது போன்ற ஒரு பறக்கும் எந்திரத்தை உருவாக்கலாம் என முடிவு செய்தான். அந்த எந்திரம் ஈர்ப்பு விசைக்கு எதிராக இயங்கக் கூடியதாகவும் காந்தவிசையோடு ஒத்திசைந்து நகரக் கூடியதாகவும் எடை மிகவும் குறைவானதாகவும் இருப்பது போல அவன் வடிவமைத்தான். அதன் பறத்தலைச் சோதிக்க, தானே பறந்து பார்க்க முடிவு செய்தான். அவன் நினைத்தது போலவே மிகவும் திறனுடன் அது பறந்தது. அந்த எந்திரத்தில் விண்வெளியில் விருப்பமான வகையில் சுற்றிச் சுற்றி வந்தான். மேலும் அவன் இருக்கும் கிரகத்திலிருந்து வெகு தூரம் வந்துவிட்டான். அப்போது அவன் அந்த சிவப்பு வால் நட்சத்திரத்தைக் கண்டான். அதனருகே போனான். இவனை நோக்கி அது ஈர்க்கப்பட்டு வந்தது. இவன் சுற்றும் திசையில் அதுவும் பயணித்தது. இப்படியே இவன் சுற்றிச் சுற்றி வந்தால் வால் நட்சத்திரமும் தன் கிரகத்தை நோக்கி நகராது என்று புரிந்துகொண்டான். வால் நட்சத்திரத்தின் திசையை மாற்றி தன் கிரகத்தைக் காப்பாற்றிவிட்டதில் மகிழ்ச்சியடைந்து விண்வெளியில் சுற்றித் திரிந்தான்.

சாகசம்

அந்தச் சிறுவன் ஓர் அழகான மாயக் குதிரையை வளர்த்து வந்தான். அதில் பயணம் செய்து பல இடங்களையும் சுற்றிப் பார்க்க விரும்பி அதைக் கிளப்பினான். குதிரை சிறுவனிடம் அந்தப் பயணம் மிகவும் விசித்திரமாகவும் பயங்கரமாகவும் இருக்கும் என்றது. அப்போது வழியில் ஓர் அடர்ந்த காடு வந்தது. அந்தக் காட்டுக்குள் செல்லவேண்டாம். அது அவர்களுக்குப் பல சிக்கல்களைத் தரும் என்றது குதிரை. ஆனால் சிறுவனுக்குச் சாகசங்களைச் செய்யவேண்டும் என்ற ஆர்வத்தில் அந்தக் காட்டிற்குள் போகலாம் என அடம் பிடித்தான். குதிரையும் விருப்பமில்லாமல் அந்தக் காட்டுக்குள் அவனை அழைத்துச் சென்றது. அடர்ந்த காட்டுக்குள் போனவுடன் அங்கு ஏராளமான நீல வண்டுகள் பறந்து கொண்டிருந்தன. அவற்றிலிருந்து தப்பிக்க, குதிரையும் இவனும் பெரிதும் பாடுபட்டார்கள். குதிரை வேகமாக ஓடி அந்தப் பகுதியைக் கடந்தது. அடுத்து அவர்கள் நுழைந்த காட்டுப் பகுதியில் குழந்தைகள் சிரிப்பது போன்ற ஒலி கேட்டது. இருவரும் அங்கே தங்கி இளைப்பாறினார்கள். எங்கிருந்து குழந்தைகளின் சிரிப்பொலி கேட்கிறது என அவர்களால் புரிந்து கொள்ள முடியவில்லை. அங்கேயே அவர்கள் தூங்கிப் போனார்கள். சிறிது நேரத்தில் இருவரும் அதிர்ச்சியில் எழுந்தார்கள். குழந்தைகளின் சிரிப்பொலி அழும் ஒலியாக மாறிவிட்டது. அந்த இடத்தில் இருக்க முடியாதவாறு காதைப் பொத்திக் கொள்ளும் அளவுக்கு அந்த ஒலி பேரிரைச்சலாக அது கேட்டது. அங்கிருந்து குதிரை வேகமாக ஓடி மலையின் உச்சிக்கு வந்து சேர்ந்தது. கீழே மிக ஆழமான பள்ளத்தாக்கு தெரிந்தது. அங்கிருந்து அடுத்த மலை முகட்டிற்குச் செல்லவேண்டும் என்றால் மூச்சைப் பிடித்துக் கொண்டு குதிரை பறக்க வேண்டும். இவன் குதிரையிடம் கெஞ்சினான். குதிரையும் எப்படியோ பறந்து அடுத்த மலை முகட்டிற்கு சிறுவனைக் கொண்டுவந்து சேர்த்து விட்டது. அங்கிருந்து இருவரும் நடந்து வந்தார்கள். அந்த மலையின் இறுதியில் மிகப்பெரிய நீர்வீழ்ச்சி விழுந்து கொண்டிருந்தது. இருவருக்கும் வேறு வழியில்லை. அந்த நீர்வீழ்ச்சியில் குதித்தார்கள். அது ஒரு நதியில் போய்ப் பாய்ந்தது.

இருவரும் நதியில் நீந்தி ஒரு சமவெளிக்கு வந்து சேர்ந்தார்கள். அங்கிருந்த ஒரு மரத்தடியைச் சேர்ந்து தூங்கிப் போனார்கள். சிறுவன் குதிரையை எழுப்பினான். இப்போதுதானே பயணித்து இத்தனைச் சாகசங்களைச் செய்து வந்தோம் என்றது குதிரை. இன்னும் பயணம் தொடங்கவே இல்லையே என்றான் சிறுவன். இதுவரைத் தான் கண்ட கனவிலிருந்து விடுபட்டு சிறுவனை அழைத்துக் கொண்டு கிளம்பியது குதிரை. அப்போது வழியில் ஓர் அடர்ந்த காடு வந்தது. அதற்குள் செல்ல அடம் பிடித்தான் சிறுவன். ●

பொய்

பெரும் செல்வங்களும் சொத்தும் கொண்டிருந்த ஒருவன் தன் அனைத்துச் சொத்துகளையும் யாரொருவர் உண்மையைக் கண்டுபிடிக்கவே முடியாத பொய்யைக் கூறுகிறார்களோ அவர்களுக்குக் கொடுத்துவிடப் போவதாக அறிவித்தான். ஒவ்வொருவரும் வந்து விதவிதமான பொய்களைச் சொன்னார்கள். ஒருவன் வந்து அவனுக்கு உறவுமுறை என்றான். மற்றொருவன் உலகம் அழியப் போகிறது என்றான். இன்னொருவன் செல்வந்தனின் சொத்து முழுவதும் களவு போய்விட்டது என்றான். இப்படிப் பல பொய்கள் சொன்னாலும் எல்லாமே வெளிப்படையான பொய்களாகவே இருந்தன. உண்மையை வெகு சுலபமாகக் காட்டிக் கொடுத்தன. செல்வந்தன் தன் சொத்து தன்னைவிட்டுப் போகாது என நினைத்துக் கொண்டான். அன்று ஒருவன் வந்தான். அவன் தன் கனவில் கடவுளைக் கண்டதாகச் சொன்னான். இறந்து போன தன் தந்தை கடவுளை அடையாளம் காட்டியதாகச் சொன்னான். அந்தக் கடவுள் அவதாரம் எப்படி இருக்கும் என்றால், ஒரு கோவிலில் தான் கண்ட சிற்பத்தை ஒத்து கடவுளின் தோற்றம் இருந்ததாகச் சொன்னான். இது உண்மை போல் தெரிகிறதே என்றான் செல்வந்தன். வந்தவன் தான் சொன்னது உண்மையா பொய்யா என செல்வந்தன்தான் கண்டுபிடிக்கவேண்டும் என்று கூறி விட்டான். செல்வந்தன் அவன் சொன்ன கோயிலுக்குச் சென்று கடவுளின் தோற்றத்தைக் கண்டான். பொய் சொன்னவனிடம் உன் கனவில் கடவுள் வந்திருந்தால் நீ எதற்கு என்னிடம் வந்து பொய் சொல்லவேண்டும் என்று கேட்டான். ஆகவே நீ சொன்னது பொய் அல்ல உண்மை. எனவே நான் உனக்கு என் சொத்துகளைத் தரமுடியாது என்றான். பொய் சொன்னவன் அடுத்த முறை கடவுளைக் கனவில் கண்டால் நீங்கள் சொன்னதைச் சொல்லிவிடுகிறேன் என்றான். இது அருமையான பொய். நான் உன் உண்மையைக் கண்டுபிடித்து விட்டேன் என்று சொன்ன பின்னும் சிறிதும் அதிர்ச்சியடையாமல் இருந்துவிட்டு எப்படியும் சொத்தை அடைந்தே தீருவது என்ற உன் முயற்சியில் சொன்ன பொய் அற்புதமானது. ஆகவே உனக்கே என் சொத்துகளைத் தருகிறேன் என்றான்.

புழு

அவள் குழந்தையாக இருக்கும் போது தன் வீட்டுக்கு எதிரில் மண்ணிலிருந்து வெளிக் கிளம்பும் புழு ஒன்றைத் தினமும் பார்ப்பாள். அதில் என்ன அதிசயம் என்றால் அந்தப் புழு தினமும் ஒரு நிறத்தில் வெளிவரும். அதன் நிறத்திலிருந்துதான் அவளால் வண்ணங்களின் வேறுபாடுகளையும் அவற்றின் பெயர்களையும் அறிய முடிந்தது. தினம் அது எந்த நிறத்தில் வரும் என அவளுக்கு எதிர்பார்ப்பு இருக்கும். ஒரு கட்டத்தில் அவள் நினைக்கும் நிறத்தில் வெளிப்படும் போது அவளுக்குப் பெரும் பரவசமாக இருக்கும். தினம் காலையில்தான் அது வெளியே வரும். தினம் இப்படி இவள் காலையில் எழுந்ததும் வெளியே வந்து எதையோ பார்க்கிறாள் எனக் கண்டறிந்த இவளுடைய தாய் இந்தப் புழுவைப் பார்த்துதான் இவள் இவ்வளவு மகிழ்ச்சியடைகிறாள் எனப் புரிந்து அதிர்ச்சி அடைந்தாள். ஒருவேளை இவள் அந்தப் புழுவைத் தொட்டு இவளுக்கு உடலில் கேடு வந்துவிட்டால் என்ன செய்வது என அஞ்சினாள் அவள். அடுத்த நாள் இவள் எழும் முன்பே சாணியிட்டு தெளித்து முற்றத்தைப் பெருக்கி மெழுகிவிட்டிருந்தாள் அவள். இவள் எழுந்து பார்க்கும் போது புழு வெளிப்படும் மண் குழி காணாமல் போயிருந்தது. இவள் பெரும் துக்கமடைந்தாள். புழு தன்னிடம் பேசாதா என ஏங்கினாள். புழு மானசீகமாக இவளுடன் பேசியது. தன் குழி மூடப்பட்டதால் அடுத்து தான் எப்படியாவது ஓர் இடத்தில் வெளிப்பட்டு குழியை உருவாக்க வேண்டும் எனவும் பிறகொரு முறை அவளைச் சந்திக்கும் சந்தர்ப்பம் ஏற்படும் எனவும் கூறியது. அவளும் அந்தப் புழுவைக் காணும் எண்ணத்திலேயே வளர்ந்தாள். கல்லூரிப் படிப்பில் விலங்கியல் பாடத்தைத் தேர்ந்தெடுத்து படித்து அதில் ஆய்வுப் படிப்பு வரை வந்துவிட்டாள். மண்ணுக்கு அடியில் வாழ்ந்து நிறம் மாறும் புழுக்களைப் பற்றி ஆய்வு செய்யத் தொடங்கினாள். அப்போது இவள் தேடிக் கொண்டிருந்த புழு குறித்த காணொலியை ஒரு சிறுமி பகிர்ந்திருந்தாள். தினம் நிறம் மாறி வெளிப்படும் புழுவைப் பற்றிய காணொலியாக இருந்தது அது. அந்த இடம் இவளுடைய இடத்திலிருந்து பல்லாயிரம் அடி தூரத்தில் இருந்தது. ஆனாலும் இவள் அங்கு போய் அந்தச் சிறுமியின் வீட்டின் முன் நின்றிருந்தாள். அந்த வீட்டின் முன் ஒரு சிறிய குழியிருந்தது. அதன் அருகே நின்று அந்தப் புழு வெளிப்படவேண்டிய நிறத்தை மனதில் நினைத்தாள். அதே நிறத்தில் புழு வெளிப்பட்டது.

இசை

அந்தக் கிரகம் பழமையான இனத்தைச் சார்ந்தது. அவர்கள் ஓரளவுதான் பேசக் கற்றுக் கொண்டிருந்தார்கள். அவர்களில் சிலர் இசைக் கருவிகளை உருவாக்கி அவற்றை வாசித்து தங்களின் பேச்சை வெளிப்படுத்தினார்கள். இது அந்த இனம் முழுக்கப் பரவ எல்லோரும் ஏதோ ஓர் இசைக் கருவியை வாசித்துப் பழகி அதிலேயே அவர்களின் எல்லாப் பேச்சு பரிமாற்றங்களையும் நிகழ்த்திக் கொண்டார்கள். அதனால் அந்தக் கிரகம் முழுவதுமே பல்வேறு வகையான இனிமையான இசையால் நிரம்பியிருந்தது. இதைக் கண்ட மற்றொரு கிரகவாசிகள் அந்தக் கிரகத்தைத் தங்கள் வசப்படுத்த எண்ணினார்கள். அதே போல் இசைக் கருவிகளை உருவாக்கி வாசிக்கும் ஒருவனை அங்கு அனுப்பி வைத்தார்கள். அவன் வாசித்த இசைக்கருவி பல வேறுபட்ட ஒலிகளை எழுப்பியது. மேலும் அதில் பேச்சு மட்டும் அல்லாமல் இன்னும் பல உணர்வுகளையும் தேவைகளையும் வெளிப்படுத்துவதாகவும் நிறைவு செய்வதாகவும் இருந்தது. அதைக் கண்ட இந்தக் கிரகத்தினர் அதே போன்ற கருவியைச் செய்து தருமாறு கோரினார்கள். அவனும் எல்லோருக்கும் அதே போன்ற இசைக் கருவிகளைச் செய்து கொடுத்தான். அவர்கள் எல்லோரும் அந்த இசைக் கருவிகளை வைத்துக் கொண்டு இசைத்ததால் யாருடைய இசை நன்றாக இருக்கிறது என்ற போட்டி எழுந்தது. இது வரை இசையாகப் பேசியவர்கள் இப்பொழுது சண்டையிடத் தொடங்கினார்கள். அந்தக் கிரகம் முழுக்க இன்னிசையாக இருந்த நிலை மாறி பேரிரைச்சலானது. பின் கடும் ஓலமாக மாறியது. ஒருவரை ஒருவர் குத்திக் கிழித்து குதறி அழிந்தார்கள். இதை எதிர்பார்த்து வந்த அந்த வேற்றுக்கிரகவாசி தன் இலக்கை எட்டிவிட்டத் திருப்தியில் அந்தக் கிரகத்தையும் தனது சொந்தமாக்கிக் கொண்டான். ●

7 கண்கள்

அவள் வீட்டின் சுவரிலிருந்து ஊடுருவிப் பார்த்தான் அவன். அவளின் குழந்தைத்தனத்தையும் ஸ்படிகம் போன்ற தூய எண்ணங்களையும் கண்டு தான்தான் அந்தக் குழந்தையாய் இருப்பதாக எண்ணிக் கொண்டான். அவளை முப்பொழுதும் கண்காணித்து வந்தான். ஒரு நாள் அவளை நேரில் சந்திக்கும் ஆர்வம் கொண்டு அவளிடம் பேசினான். உன்னை என் குழந்தைப் பருவ நானாகவே காண்கிறேன். உன்னைச் சந்திக்க வேண்டும் என்றான். அவளும் சந்திக்கலாம் ஆனால் அவள் கேட்பதை அவன் கொடுக்கவேண்டும் என்றாள். அதற்கு ஒத்துக்கொண்டு அவன் நேரில் வந்தான். அவள் அவனுடைய தலையை வெட்டிக் கொடுக்குமாறு கேட்டாள். இதற்கு முன் இதே போல் அவளைக் கண்காணித்தவர்கள் ஒன்பது பேர் நேரில் வந்து தலையை வெட்டிக் கொடுத்துவிட்டுப் போயிருக்கிறார்கள். அண்டத்தின் பூதத்திற்கு 9 தலைகளைப் படைத்தால் அது வரம் கொடுக்கும். அதில் ஒன்று தலை கொடுத்தவர்களை உயிர்ப்பிப்பதும் ஆகும் என்றாள். அவன் தன் தலையை வெட்டிக் கொடுத்தான். அண்டத்தின் பூதம் கேட்ட 9 தலைகளைக் கொடுத்து விட்டதால் இனி வரம் வேண்டும் என்று கேட்டாள். பூதமும் 7 கண்களைக் கொடுத்து அவற்றிடம் கேட்டு வரங்களை நிறைவேற்றிக் கொள்ளுமாறு கூறிவிட்டது. முதல் கண்ணிடம் தலைகொடுத்த 9 பேரையும் உயிர்ப்பிக்க வேண்டினாள். அந்தக் கண்மூடித் திறந்தது. வரம் நிறைவேறியது. இரண்டாவது கண்ணிடம் எல்லா அண்டத்திலுள்ள உயிர்களிடமும் எந்த ஆயுதமும் இருக்கக்கூடாது என வேண்டினாள். ஆயுதங்கள் அழிந்தன. மூன்றாவது கண் உயிர்களிடம் பழி, குரோதம். கோபம், பசி, பிணி உட்பட எந்தத் தீயதும் இன்றி வாழவேண்டும் என வேண்டினாள். கண் மூடித் திறந்தவுடன் வரம் கிடைத்துவிட்டது. நாலாவது கண்ணிடம் உயிர்கள் அனைத்தும் முக்காலமும் அறியவேண்டும் என வேண்டினாள். அதுவும் கிடைத்து. ஐந்தாவது கண்ணிடம் எல்லா உயிர்களும் 11 அண்டங்களிலும் பயணிக்கவேண்டும் என்றாள். அதுவும் நிறைவேறியது. ஆறாவது கண்ணிடம் அண்ட பூதங்கள் உட்பட இனி எந்தத் தீய உயிரும் பிறக்கக்கூடாது என வேண்டினாள். கண் மூடித் திறந்தவுடன் வரம் நிறைவேறியது. ஏழாவது கண்ணிடம் 11 அண்டங்களைத் தாண்டி 12வது அண்டத்தில் தான் வாழவேண்டும் என வேண்டினாள். அண்டங்களின் உற்பத்திச் சக்தியில் கலந்தாள்.

மரகதச் சாவி

பள்ளி முடிந்து காட்டுக்கு வந்து விளையாடிக் கொண்டிருந்த அவனுக்குப் புதரின் பின்புறத்தில் ஓர் அங்குலம் அளவே இருந்த மரகதக் கல்லாலான ஒரு சாவி கிடைத்தது. அதை எடுத்துப் பார்த்த அவனுக்குள் குதூகலம் பிறந்தது. இந்தச் சாவி திறக்கும் பூட்டு எங்கிருக்கும் என யோசித்துக் கொண்டு அமர்ந்திருந்தான். அப்போது வானத்தில் ஒரு பெரிய கருடன் பறந்து வட்டமிட்டது. இவனுக்கு லேசாக அச்சம் தோன்றியது. எழுந்து வீட்டுக்குப் போய்விடலாமா என நினைத்தான். கருடன் மெதுவாக இறங்கி அவனருகே வந்தது. உனக்கு ஒரு சாவி கிடைத்ததா எனக் கருடன் கேட்டது. ஆம் என்றான். என்னுடன் நீ வந்தால் உன்னை இந்தச் சாவி திறக்கும் பூட்டு உள்ள இடத்திற்கு எடுத்துச் செல்வேன் என்றது. அதற்கு ஒத்துக் கொண்டு அதன் பின்னால் ஏறி அமர்ந்தான். கருடன் வெகு தூரம் பறந்து ஆறிப்போன எரிமலையின் வாய்ப் பகுதியில் நுழைந்தது. உள்ளே சாம்பல் வாசம் வீசியது. அந்த மலையின் உட்பகுதியில் ஒரு சுரங்கம் இருக்கிறது. அதற்குள் போனால் ஒரு பெரிய எறும்பு ஒரு கதவைக் காவல் காத்துக் கொண்டிருக்கும். அவன் வைத்திருக்கும் சாவியைக் காட்டினால் உள்ளே அனுமதிக்கும் என்று சொல்லி கருடன் அவனை இறக்கி விட்டது. இவன் மெதுவாக நடந்து உள்ளே போனான் ஒரு பெரிய எறும்பு அந்தக் கதவிற்குக் காவல் நின்று கொண்டிருந்தது. இவன் சாவியைக் காட்டினான். உள்ளே போக அந்த எறும்பு அனுமதித்தது. அந்தக் கதவு திறந்தவுடன் மஞ்சள் ஒளி அவன் கண்களைக் கூசச் செய்தது. அதில் தடுமாறி நடந்தான். புகை மண்டலம் போலவும் இருந்தது. அந்தப் பாதையின் இறுதியில் பெரிய கதவுகள் இருந்தன. அந்தக் கதவுகளுக்கு மிகச்சிறிய பூட்டு இருந்தது. அவனுடைய சாவி கொண்டு அதனைத் திறந்தான். அங்கு அவனுக்குப் பிடித்த தின்பண்டங்கள் வரிசையாக அடுக்கப்பட்டிருந்தன. மிக அழகிய விளையாட்டுப் பொருள்கள் மற்றொரு வரிசையில் அடுக்கப் பட்டிருந்தன. வேறொரு பக்கம் அழகழகான கண்ணைப் பறிக்கும் ஆடைகள் வைக்கப்பட்டிருந்தன. இவனுக்கு எதைத் தொடு வதற்கும் பயமாக இருந்தது. இவன் தயங்கி நிற்பதைப் பார்த்து எங்கிருந்தோ வந்த முதியவர் இவனை அழைத்து அவை எல்லாமே உனக்குத்தான் என்றார். அவனுக்கு மகிழ்ச்சியாக

இருந்தது. ஏன் இதை எனக்குக் கொடுக்கிறீர்கள் எனக் கேட்டான். மரகதச் சாவி யார் கண்ணிலும் படாமல் அவனுக்குக் கிடைத்திருப்பதால் அவன் உயரிய பரிசுகளைப் பெறத் தகுதியானவனாகிறான் என்றார் முதியவர். இவற்றை எல்லாம் தன்னால் எடுத்துச் செல்ல முடியாதே என்றான் சிறுவன். அவன் தினம் அங்கு வந்து அவற்றைப் பயன்படுத்திக் கொள்ளலாம் என்றார் முதியவர். ஒரே ஒரு விதி அவன் மரகதச் சாவியைப் பத்திரமாக வைத்திருக்கவேண்டும் என்றார். அவனும் அதற்கு ஒத்துக் கொண்டு அங்கிருந்து கிளம்பி வந்த வழியிலேயே கருடன் துணையோடு திரும்பி வந்து சேர்ந்தான். மரகதச் சாவியைத் தொட்டுப் பார்த்து கொண்டே தூங்கிப் போனான். கனவில் மீண்டும் அந்த இடத்துக்குப் போனான். இரவில் அந்த இடம் பாம்புகளும் கொடூர விலங்குகளும் வாழும் இடமாய் மாறி யிருந்தது. இவன் பயந்து கருடனை அழைத்து தன் இடத்திற்கு வேகமாய்த் திரும்பினான். அடுத்த நாள் அந்த மரகதச் சாவியைக் கொண்டுபோய் காட்டில் வீசிவிட்டு வந்தான். ●

ஒற்றுமை

அவன் தன்னைப் போல் தோற்றமுள்ள ஒருவனைச் சந்தித்தான். தன்னுடைய தோற்றம் கொண்டிருப்பவனைப் பார்த்த இவனுக்கு அதிர்ச்சியாக இருந்தது. இருந்தாலும் அவனைத் தன் வீட்டுக்கு அழைத்துச் சென்றான். அவனுடைய மனைவி தோற்ற ஒற்றுமை உடையவனைக் கண்டவுடன் அதிர்ச்சி அடைந்தாள். தன் தோற்ற ஒற்றுமையாளனுக்கு நல்ல விருந்தைப் படைத்து மகிழ்ந்தான். அவர்கள் இருவரும் நெருங்கிய நண்பர்கள் ஆனார்கள். தோற்ற ஒற்றுமை கொண்டவன் அடிக்கடி இவன் வீட்டுக்கு வரத் தொடங்கினான். சில சமயங் களில் இருவரும் ஒரே மாதிரியான உடை அணிந்திருந்தார்கள். இவனுடைய மனைவிக்குக் கணவன் யாரெனக் கண்டுபிடிப்பதில் சிரமம் ஏற்பட்டது. ஒரு நாள் இவன் ஊரில் இல்லாத போது தோற்ற ஒற்றுமையாளன் இவன் வீட்டுக்கு வந்தான். இவனுடைய மனைவிக்குக் குழப்பமாக இருந்தது. வந்திருப்பது யாரெனத் தெரியவில்லை. வந்தவுடன் அவன் இவளிடம் தன்னைத் திருமணம் செய்து கொள்ளாமல் ஏன் ஏமாற்றினாள் என்று கேட்டான். திருமண நாளன்று குடும்பத்தில் ஏற்பட்ட நெருங்கிய உறவினரின் மரணம் காரணமாக அவர்களின் திருமணம் தள்ளி வைக்கப்பட்டதை இவள் நினைவு கூர்ந்தாள். அதன் பின் இவனுக்கு வெளிநாட்டில் வேலை கிடைத்ததால் அங்கு போய் வந்து திருமணம் செய்து கொள்ளலாம் எனக் கூறிவிட்டான். இடையில் இப்போது கணவனாக இருப்பவன் இவளுடைய குடும்பத்தாரைச் சந்தித்து திருமணத்திற்கு ஏற்பாடு செய்து விட்டான். தோற்ற ஒற்றுமை காரணமாக இவன் வெளி நாட்டிலிருந்து வந்துவிட்டதாகச் சொன்னதை அவர்களும் நம்பிவிட்டார்கள். திருமணம் முடிந்தவுடன்தான் தன் கணவனாக வந்தது வேறொருவன் எனப் புரிந்துகொண்டாள். தான் ஏமாற்றப்பட்டதையோ தோற்ற ஒற்றுமை உள்ள வேறொருவனைத் திருமணம் செய்ய விரும்பியதையோ கணவனிடம் இவள் சொல்லவில்லை. இவன் இதைக் கேட்டு ஆத்திரமடைந்து இவளுடைய கணவன் ஊரிலிருந்து வந்தபின் பார்த்துக் கொள்ளலாம் என்று கிளம்பிச் சென்றான். கணவன் ஊரிலிருந்து வந்தவுடன் நடந்தை எல்லாம் கூறிவிட்டாள். இவள் கணவன் தன் தோற்ற ஒற்றுமையாளனை அழைத்து தன் மனைவியின்

மீது ஏற்பட்ட ஈர்ப்பால் திருமணம் செய்துகொண்டதாகக் கூறி மன்னிப்பு கேட்டான். இருவரும் ஓர் அறைக்குச் சென்று குடித்து தங்கள் மன உளச்சலைத் தீர்த்துக் கொண்டார்கள். காலையில் இவள் எழுந்து அவர்களின் அறைக்குப் போய்ப் பார்த்தாள். ஒருவனைக் காணவில்லை. ஒருவன் தூங்கிக் கொண்டிருந்தான். கடிதம் ஒன்று மேஜையில் இருந்தது. இவளுடைய கணவன் எழுதியிருந்தான். வெளிநாட்டில் வேலையில் இருந்தபோது இந்தத் தோற்ற ஒற்றுமையாளனைப் பார்த்ததாகவும் அவன் இவனைப் பார்க்கவில்லை என்றும் அவனைப் பற்றிய விவரங்களைச் சேகரித்து இப்படித் திருமணம் நடக்கவிருப்பதை அறிந்து இங்கு வந்து ஏமாற்றித் திருமணம் செய்து கொண்டதாகவும் தன் மீது தான் தவறு இருப்பதாகக் கூறி இனி அவள் அவனுடன் வாழலாம், தான் அவள் வாழ்வில் குறுக்கிடப் போவதில்லை என்றும் எழுதியிருந்தான். ◾

பெண் எந்திரம்

அவளை அழைத்துக் கொண்டு ஒரு விருந்துக்குச் சென்றிருந்தான் அவன். தன் மனைவி என அவளை எல்லோருக்கும் அறிமுகப்படுத்தத்தான் அங்குப் போயிருந்தான். அவளைக் கண்டவர்கள் அனைவருக்கும் அவளிடம் ஏதோ ஒரு வித்தியாசமான கவர்ச்சி இருப்பதைப் புரிந்துகொண்டார்கள். ஆனால் அது என்ன என யாருக்கும் புரியவில்லை. அவனுடைய நண்பன் அவர்கள் இருவரையும் தொடர்ந்து வந்தான். அவர்களிடம் மட்டுமே பேசினான். அவளைப் பற்றித் தெரிந்துகொள்ள பெரிதும் ஆர்வப்பட்டான். ஆனால் நண்பனை அதிகம் அண்டவிடக்கூடாது என்பதில் அவன் கவனமாக இருந்தான். விருந்து முடிந்து இருவரும் காரில் புறப்பட்டார்கள். நண்பன் அவர்களைத் துரத்தி வந்து அவர்களின் காரை மறித்து நிறுத்தினான். இவர்கள் வாகனம் அருகே வந்தான். துப்பாக்கியைக் காட்டி இவனை இறங்கச் சொன்னான். இவன் இறங்கி நின்றான். நண்பன் இவனிடம் அவளைத் தன்னுடன் அனுப்பச் சொன்னான். இவன் முடியாது என்றான். அவள் ஓர் எந்திரம் என்பது தனக்குத் தெரியும் என்று சொன்னான். இவன் அதிர்ந்து போனான். அவளை உடன் அனுப்பாவிட்டால் உலகுக்கு உண்மையைத் தெரிவித்துவிடப் போவதாக மிரட்டினான் நண்பன். இவன் அமைதியாக இருந்தான். அப்போது அவள் காரை விட்டு இறங்கினாள். நண்பனைப் பார்த்து கண்களை அகல விரித்தாள். அவள் கண்களிலிருந்து லேசர் கதிர் பாய்ந்து அவன் தூக்கி எறியப்பட்டான். இருவரும் காரில் ஏறி வீடு வந்து சேர்ந்தார்கள். அவள் உடனே அவனை ஓர் அறையில் வைத்துப் பூட்டினாள். சோதனைக் கூடத்திற்குச் சென்றாள். தன்னைப் போல் பல பெண் எந்திரங்களை உற்பத்தி செய்தாள். அவர்களை அழைத்துக் கொண்டு ஓர் உணவு விடுதிக்குச் சென்றாள். அங்கிருந்த ஆண்கள் பலர் இவர்களுடன் பேச விரும்பினார்கள். ஒவ்வொரு பெண் எந்திரமும் ஓர் ஆணுடன் புறப்பட்டுச் சென்றாள். மீண்டும் இவள் வீட்டுக்குத் திரும்பி சோதனைக் கூடத்திற்குச் சென்று அந்தப் பெண் எந்திரங்களை இயக்கினாள். ஆண்களை எப்படி நடத்தவேண்டும் என அந்தப் பெண் எந்திரங்களுக்கு ஆணைகளைப் பிறப்பித்தாள். அந்தப் பெண் எந்திரங்கள் பிற பெண் எந்திரங்களை உற்பத்தி செய்ய ஆணையிட்டாள். பெண் எந்திரங்களுக்கு ஆண்கள் சலிப்பை ஏற்படுத்தினார்கள். அதனால் ஆண் எந்திரங்களை, தங்கள் விருப்பப்படி வடிவமைத்துப் பெண் எந்திரங்கள் உருவாக்கின. இப்படியாக ஆண் முதன்மைச் சமூகம் முடிவுக்கு வந்தது.

சிப்பி

அன்று கடற்கரையில் விளையாடிக் கொண்டிருந்த போது அந்த அழகிய சிப்பி அவளுக்குக் கிடைத்தது. அதனை எடுத்து பத்திரமாக வைத்துக் கொண்டு தன் நண்பர்களிடம் காட்டினாள். அதன் அழகில் மயங்கிய அவளுடைய பள்ளித் தோழன் அதனைத் தரும்படி கேட்டான். அதற்கு மறுத்துவிட்டு வீட்டுக்கு வந்தவள் தனக்குப் பிடிக்காத உணவைப் பார்த்து முகம் சுழித்தாள். அந்தச் சிப்பியைக் கையில் வைத்துக் கொண்டு தனக்குப் பிடித்தமான உணவு கிடைக்க ஏங்கினாள். உடனே அவளுக்குப் பிடித்தமான உணவு வகைகள் வந்தன. அவள் குதூகலத்துடன் அவற்றைச் சாப்பிட்டு உறங்கிப் போனாள். காலையில் எழுந்து பள்ளிக்குச் சென்று அந்தச் சிப்பியைக் கையில் வைத்து தேவையானவற்றைக் கேட்டால் உடனே வரும் என்று கூறினாள். அவளுக்குப் பிடித்த புத்தம் புதிய உடைகள் வரும்படி கேட்டாள். அவை உடனே வந்தன. அவளுடன் படித்தவர்களுக்கு பெரும் அதிர்ச்சியும் ஆச்சரியமும் ஏற்பட்டன. வீடு வந்து சேர்ந்தவளுக்கு தன் வீடு மாளிகை போல் ஆகவேண்டும் எனக் கேட்டாள். மிகப்பெரிய அரண்மனையில் அவள் அமர்ந்திருந்தாள். தான் பெரியவளாகி இளவரசி ஆகவேண்டும் என நினைத்தாள். அவள் பெரிய சாம்ராஜ்ஜியத்தின் இளவரசியாகிவிட்டாள். தன் அண்டைநாட்டு இளவரசனை முடித்தாள். இருவரும் கப்பலில் பல ராஜ்ஜியங்களைப் பார்க்கக் கிளம்பினார்கள். தன் கையில் இருக்கும் சிப்பியால்தான் தனக்கு இந்த வாழ்வு கிடைத்ததாகக் கணவனிடம் கூறினாள். அதை வாங்கிப் பார்த்த இளவரசன் இது எங்கே கிடைத்தது என்று கேட்டான். தான் சிறுவயதில் விளையாடிய கடற்கரையில் கிடைத்ததாகக் கூறினாள். சிறுவயதில் தன்னுடன் விளையாடிய போது ஒரு சிறுமி இதே போன்ற சிப்பியைத் தன் கையில் கொடுக்காததை எண்ணிக் குறைப்பட்டுக் கொண்ட இளவரசன் அந்தக் கடற்கரைக்குத் தான் சிறுவனாகச் செல்லவேண்டும் என்று நினைத்தான். அந்தக் கடற்கரையில் எடுத்த அழகிய சிப்பியுடன் சிறுவன் வீடு வந்து சேர்ந்தான். பெரிய அரண்மனையைக் கேட்டான்; உடனே கிடைத்தது. வளர்ந்து பெரியவனாகி பெரிய ராஜ்ஜியத்தின் இளவரசனாகக் கேட்டான். உடனே இளவரசன் ஆகிவிட்டான். அண்டை சாம்ராஜ்ஜியத்தின் இளவரசியை மணமுடித்தான். இருவரும் கப்பலில் பயணம் செய்தார்கள். சிப்பியால்தான் இந்த அளவு வளர்ந்து இந்தக் கப்பல் வரை வந்து சேர முடிந்ததாகத் தன் மனைவியிடம் கூறினான்.

ரகசியம்

கிரகங்களை விண்வெளியில் ஒரு கற்பனையான புள்ளியில் நிலைத்து வைத்திருக்கும் காந்த விசைகளைக் கட்டுப்படுத்தும் ஓர் அளவைமானியைக் கண்டுபிடித்தது ஒரு மர்மக்குழு. அந்தக் கருவியை ஒரு குறிப்பிட்ட இடத்தில் குறிப்பிட்ட காலம் வரை வைத்திருந்தால் கிரகங்களின் இயக்கத்தைக் கட்டுப்படுத்தலாம் என்பதை அறிந்து கொண்டது அந்த மர்மக்குழு. எந்த இடம் எவ்வளவு காலம் என்ற ரகசியத்தை ஒவ்வொரு பரம்பரையாகக் கடத்திக் கொண்டு வந்து அந்த அளவை மானியை ஒவ்வொரு இடமாக மாற்றிக் கொண்டிருந்தது அந்தக் குழு. அந்த ரகசியக் குழுவில் உறுப்பினராக வேண்டும் என்றால் பல சோதனைகளைச் சந்திக்க வேண்டியிருக்கும். வீட்டு உறுப்பினர்கள் கடத்தப்படு வார்கள். அவர்கள் இருக்கும் இடத்தைச் சரியாக அறிந்து கண்டு பிடிக்கவேண்டும். வாகனம் எதிர்பாராமல் நின்றுவிடும். அதைச் சரி செய்யத் தெரிந்திருக்க வேண்டும். கடும் மழையில் வேண்டு மென்றே சுடுகாட்டுக்கு அழைக்கப்பட்டு அங்கு ஒரு குண்டுமணியைத் தேடி எடுக்க வேண்டியிருக்கும். இப்படி பல கட்டச் சோதனைகளைக் கடந்து அந்தக் குழுவில் சேர்ந்தால் பல்வேறு இடங்களுக்கும் அனுப்பப்பட்டு அந்த அளவை மானியைத் தேடச் சொல்லி செய்தி வரும். அந்தக் குழுவின் தலைவர் யார் என்பது அதன் உறுப்பினர்கள் யாருக்கும் தெரியாது. இப்படிப்பட்ட ஒரு குழுவில் பல கட்டச் சோதனைகளைக் கடந்து ஒருவன் வந்து சேர்ந்தான். அவன் அந்த அளவை மானியை உடனடியாக அந்தக் கிரகத்தின் கிழக்குத் திசையிலுள்ள ஒரு புள்ளிக்கு எடுத்துச் செல்லவேண்டிய பொறுப்பை ஏற்றான். அந்த அளவை மானியைத் தேடி அலைந்தான். குப்பைத் தொட்டிகளிலும் மரப்பொந்துகளிலும் வாகனங்கள் நிறுத்தும் இடங்களிலும் தேடிப் பார்த்தான். கிடைக்கவில்லை. அவனுக்குக் கொடுக்கப்பட்டிருக்கும் அந்த வேலையை முடிக்க இன்னும் குறைவான நாட்களே இருந்தன. வந்திருந்த ரகசியச் செய்தியில் ஏதாவது துப்பு கிடைக்குமா என நூறாவது முறையாகப் படித்துப் பார்த்தான். 'மானியும் முதலாம் நகரத்து மூன்றாம் திசையில்' என மட்டும் எழுதியிருந்தது. அந்த வாசகத்தை வேறு மொழிகளில் மொழிபெயர்த்தான். நகரம் என்ற சொல் நகரத்தைக் குறிக்கவில்லை எனப் புரிந்தது. வேறு ஏதோ ஒன்றைக் குறிக்கிறது என்று நினைத்து ரயிலடிக்கு வந்தான். அங் கிருந்த மூன்றாவது நடைமேடையில் இருந்த முதல் இருக்கையின் அடியில் பார்த்தான். அளவை மானி கிடைத்துவிட்டது. ●

மேலாயி*டம் ஒரு விசாரணை

இங்கிலாந்து நாவலாசிரியரான சாமுவேல் பெக்கெட் மோலாய் எனும் நாவலை எழுதியிருக்கிறார். அதில் வந்த மோலாய் பாத்திரத்தைச் சந்தித்தேன். அந்த மோலாய் வயதான முதியவராகி விட்டார். அவரை அழைத்துக் கொண்டு மலைப் பாதையில் நடக்கத் தொடங்கினேன். மோலாய் நீங்கள் ஏன் உங்கள் தாயின் பெயரையும் உங்கள் பெயர் என்றே கூறுகிறீர்கள் என்றேன். என்னை ஏன் தாயாக உன்னால் பார்க்க முடியாதா என்றார். மோலாய் நாவலில் நீங்கள் ஒரு கொலை செய்திருக் கிறீர்கள் என்றேன். ஆம் அதனால் என்ன என்றார். வெகு இயல்பாக எப்படி வாழ்கிறீர்கள் என்றேன். நான் மனப்பிறழ்வு அடைந்திருந்த போது என்னை அறியாமல் செய்த தவறு அது. அதற்கு ஏன் நான் பொறுப்பேற்க வேண்டும் என்றார் மோலாய். இல்லை, கொலை செய்த பின் மனப்பிறழ்வு வந்துவிட்டது போல் நடித்தீர்கள் அதனால் அந்தப் பொய்யை உண்மையாக்கப் பார்க்கிறீர்கள் என்றேன். இத்தனைக் காலகட்டத்திற்குப் பின் என்னைப் படைத்த பெக்கெட்டே இறந்த பின் நான் எதற்கு அந்தக் கொலைக்காகப் பொறுப்பேற்று வருந்தவேண்டும் என்றார். உயிரைப் பறிப்பது வெகு இயல்பானதா என்றேன். அந்த நேரத்தில் காட்டில் தன்னந்தனியாக என் மகன் சைக்கிளை எடுத்து வருவான் என்ற எதிர்பார்ப்புடன் காத்திருந்த போது அந்த நபர் என்னைப் பெரிதும் தொல்லைப்படுத்தினார். எனக்கு அவரிடமிருந்து தப்ப வேறு வழி தெரியவில்லை. அதனால் இப்படி ஒரு காரியத்தைச் செய்துவிட்டேன் என்றார். அது குறித்து குற்றவுணர்வு கூட உங்களிடம் இல்லையே என்றேன். குற்றவுணர்வு கொண்டால் போன உயிர் திரும்பவந்துவிடுமா என்றார். நீங்கள் இன்னும் மனப்பிறழ்வில் இருப்பது போலத் தெரிகிறீர்கள் என்றேன். ஆம் அதனால்தான் உன்னையும் கொல்ல முடிவெடுத்துவிட்டேன் எனக் கூறி என்னுள் கத்தியைச் செருகினார். ●

---

* சாமுவேல் பெக்கெட் எழுதிய நாவலில் வந்த பாத்திரம் மோலாய். இங்கு அது மீண்டும் எடுத்தாளப்பட்டுள்ளது.

முத்திரை

அரசன் தன் நாட்டில் இருந்த மிகச்சிறிய ஓவியங்களை வரைந்து முத்திரை இடும் கலைஞர்கள் அனைவரையும் அரசவைக்கு அழைத்து தனது மோதிரத்தில் அரசக் குறியீடான சிங்கத்தைப் பதிக்கவேண்டும் எனவும் யார் மிகநேர்த்தியாகப் பதிக்கிறார்களோ அவர்களுக்குத் தக்க சன்மானம் தரப்படும் எனவும் தெரிவித்தான். ஆயிரம் கலைஞர்கள் வந்திருந்தார்கள். ஒரு மாதத்தில் வேலையை முடிக்கவேண்டும் எனச் சொல்லப் பட்டது. அவர்களின் வீட்டுக்குத் தங்க மோதிரங்கள் வினியோகிக்கப்பட்டன. அந்த மோதிரங்களின் உள்பகுதியில் சிங்கத்தை வரைந்து முத்திரை இடவேண்டியிருந்தது. மிகச்சிறிய பகுதியில் மிக நேர்த்தியாகவும் துல்லியமாகவும் வரைந்து முத்திரை இடுபவர்களுக்கு அதிக சன்மானம் கிடைக்கும் என்பதால் எல்லோரும் கவனமாக வரையத் தொடங்கினார்கள். அவன் திரும்பத் திரும்ப சிங்கம் வரைந்து பார்த்தான். பித்தளை மோதிரத்தில் முத்திரையை இட்டுப் பார்த்தான். இருந்தாலும் அவனுக்குத் திருப்தி கிடைக்கவில்லை. அவன் பக்கத்து வீட்டில் ஒரு பார்வையற்ற கலைஞன் இருந்தான். அவன் மிகவும் துல்லியமாவும் நேர்த்தியாகவும் சிங்கத்தை வரைந்திருந்தான். அதை முத்திரை இடுவதிலும் கைத்தேர்ந்தவனாகவும் இருந்தான். அவனுக்குத்தான் சன்மானம் கிடைக்கும் என எல்லோருக்கும் புரிந்தது. அது இவனுக்கு ஏற்புடையதாக இல்லை. அந்தப் பார்வையற்ற கலைஞனைச் சந்தித்தான். அவன் மிகவும் திறமையானவன் என்பதைத் தெரிந்துகொண்டான். அவனிடம் கலையைப் பயின்றுவிட்டு பிறகு தங்க மோதிரத்தில் முத்திரையை இடலாம் என்று எண்ணினான். அவன் வரைந்த சிங்கத்தைத் தொட்டுப் பார்த்த பார்வையற்றவன் நேர்த்தி குறைவாக இருப்பதாகக் கூறிவிட்டான். எவ்வளவு முயன்றும் இவனால் நேர்த்தியை அடையவே முடியவில்லை. அவனுக்கு இது மன உளைச்சலைத் தந்தது. இறுதி நாள் நெருங்கிவிட்டது. என்ன செய்வது என யோசித்து பார்வையற்றவன் சிங்கத்தைப் பொறித்து வைத்திருக்கும் தங்க மோதிரத்திற்குப் பதில் தான் முத்திரை பதித்துவைத்திருக்கும் மோதிரத்தை மாற்றிவைத்து விடலாம் எனத் திட்டமிட்டான். அன்று அவன் வீட்டுக்குச் சென்று தன் மோதிரத்தை அங்கு வைத்துவிட்டு அவனுடையதை

எடுத்துக் கொண்டான். அரசவையிலிருந்து தங்க மோதிரத்தைக் கொண்டுபோக வந்தவர்களிடம் கொடுத்துவிட்டான். அரசன் கலைஞர்களை அரசவைக்கு அழைத்து அவர்கள் முத்திரை இட்ட மோதிரத்தைத் திருப்பிக் கொடுத்தான். அப்போது பார்வையற்றவனுக்கும் அவன் முத்திரை இட்ட மோதிரம் திரும்பி வந்தது. அதைத் தொட்டுப் பார்த்த பார்வையற்றவன் அது தான் பொறித்த மோதிரம் அல்ல என்று கூறிவிட்டான். அரசன் சன்மானம் கொடுப்பதற்காக வைத்திருந்த மோதிரத்தை எடுத்து பார்வையற்றவனிடம் கொடுத்து அந்த மோதிரம் அவனுடையதா என்று கேட்டான். ஆம் என்றான். இவனை அழைத்து உண்மையைக் கேட்டான் அரசன். தன் தவறை ஒப்புக்கொண்டான். இனிமேல் முத்திரை இடும் கலையை அவன் செய்யக்கூடாது எனவும் பார்வையற்றவனிடம் பணியாளாக இவன் இருக்கவேண்டும் எனவும் உத்தரவிட்டான். ●

குண்டூசி

அவள் வீட்டுப் பாடம் எழுதிக் கொண்டிருந்தாள். அப்போது அவள் மேஜை மீதிருந்த குண்டூசி எழுந்து நின்றது. அவள் அதை அதிசயத்துடன் பார்க்க அது குண்டூசி அளவே உள்ள மனிதன் என்று புரிந்தது. அவன் இவளுடைய வீட்டுப் பாடத்தைத் தான் எழுதித் தந்துவிடுவதாகவும் தனக்கு ஒரே ஒரு துளி தேன் மட்டும் கொடுத்தால் போதும் என்றான். அவள் ஓடிச் சென்று தேனை எடுத்து வந்து அவனுக்குக் கொடுத்தாள். அவள் போய் வருவதற்குள் அவளுடைய வீட்டுப் பாடத்தை எழுதி முடித்துவிட்டிருந்தான். அவள் மிகவும் பரவசப்பட்டு அந்தக் குண்டூசி மனிதன் வேறென்ன அதிசயத்தை எல்லாம் செய்வான் எனக் கேட்டாள். அது போகப் போக அவளுக்கே தெரியும் என்றான் குண்டூசி மனிதன். இவளுடைய பரவசத்தைக் கண்ட இவளது தாய் வீட்டுப் பாடத்தை எழுதிவிட்டாளா எனக் கேட்டாள். இவள் குண்டூசி மனிதன் பற்றி தாயிடம் சொல்லவில்லை. அந்த மனிதனை எடுத்து ஒரு தீப்பெட்டியில் போட்டு வைத்துவிட்டுத் தூங்கப் போனாள். காலையில் பள்ளிக்குச் சென்றுவிட்டாள். மாலை வந்து பார்த்தால் அந்தத் தீப்பெட்டியைக் காணவில்லை. இவள் வீடு முழுக்கத் தேடிப் பார்த்தாள். அது கிடைக்கவில்லை. இவளுக்கு அழுகையாக வந்தது. வீட்டைச் சுற்றி வெளியில் தேடிப் பார்த்தாள். குப்பையைக் கிளறிப் பார்த்தாள். அப்போது அந்தத் தீப்பெட்டி கிடைத்து விட்டது. அதைத் திறந்து பார்த்தாள். அந்தக் குண்டூசி மனிதன் இருந்தான். அதை எடுத்துக் கொண்டு ஓடிவந்தாள். முதலில் அவனுக்கு ஒரு துளி தேன் கொடுத்தாள். அவனைப் பற்றி விசாரித்தாள். அவன் அருகில் இருக்கும் கிரகத்திலிருந்து வந்திருப்பதாகவும் யார் கண்ணிலும் படாமல் இருப்பதற்காகத் தன் வடிவத்தைச் சுருக்கிவிட்டதாகவும் சொன்னான். அவன் ஏன் தன் வீட்டுக்கு வந்ததாகக் கேட்டாள். அவள் தன்னைப் பத்திரமாக வைத்துக் கொள்வாள் என எண்ணி வந்ததாகக் கூறினான். அவன் என்ன செய்ய வந்திருப்பதாகக் கேட்டாள். அவளைப் போல் பல குழந்தைகளைத் தன்னுடன் அழைத்துச் செல்லவிருப்பதாகச் சொன்னான். அவன் இடத்தில் என்ன இருக்கும் எனக் கேட்டாள். உண்ண, உறங்க, விளையாட அருமையான இடம் இருப்பதாகக் கூறினான். தன் பெற்றோரை

விட்டுத் தான் எப்படி வரமுடியும் எனக் கேட்டாள். அவள் எப்போதும் போல் இங்கும் இருப்பாள் எனவும் கூறினான். அங்கு எத்தனை நாட்கள் இருக்க வேண்டும் எனக் கேட்டாள். எப்போதுமே அங்குதான் இருக்கவேண்டும் என்றான். அவளுக்கு அது ஏற்புடையதாக இல்லை. அவள் வரமுடியாது என்றாள். அவள் தூங்கும்போது அவளைத் தான் எடுத்துப் போய்விடப் போவதாகச் சொன்னான். குண்டூசி மனிதனைத் தீப்பெட்டியில் போட்டு வீட்டை விட்டு வெகு தூரத்தில் கொண்டு போய் வைத்துவிட்டு வந்துவிட்டாள். உறங்கப் போகும் போது தன் தாயிடம் நடந்ததை எல்லாம் சொன்னாள். அவள் ஏதோ கனவு கண்டிருப்பதாக நினைத்துக் கொண்டு அவளை இறுக்கமாக அணைத்துக் கொண்டு தூங்கிப் போனாள். இரவு அவளால் தூங்க முடியவில்லை. அந்த அறையில் மாட்டியிருந்த அவளுடைய புகைப்படத்தைப் பார்த்தபடி படுத்திருந்தாள். அப்போது அந்தப் படம் ஜன்னல் வழியாகப் பறந்து போய்விட்டது.

பூக்களின் தேவதை

பூக்களின் தேவதை அந்தக் குடும்பத்தில் வந்து மகளாகப் பிறந்தாள். அவள் பிறந்தவுடன் அந்தக் குடும்பத்தில் மிகவும் செல்வம் கொழிக்கத் தொடங்கியது. ஆனால் அந்தக் குடும்பத்தில் தேவதைக்குத் தம்பியாக வந்து பிறந்தவன் செய்த காரியங்களால் பூக்களின் தேவதை பெரும் துயரத்திற்கு ஆளானாள். சிறு குழந்தையாக இருக்கும் போதே பூக்களைத் தின்றுவிடுவான். இல்லை எனில் கசக்கிவிடுவான். பூக்களின் தேவதைக்கு இதைப் பார்த்து கண்களில் கண்ணீர் பெருகும். அவனுக்குச் சாபம் கொடுத்து இந்தக் காரியங்களை நிறுத்தியிருப்பாள். ஆனால் அந்தக் குடும்பம் துயரப்படும் என்பதால் விட்டுவைத்திருந்தாள். ஒரு நாள் அவன் செய்த காரியம் அந்தக் குடும்பத்தினரை பெரும் அதிர்ச்சியில் ஆழ்த்தியது. தீபாவளி அன்று பட்டாசு கொளுத்திவிட்டு செடிகளுக்கும் பூக்களுக்கும் தீ வைத்துவிட்டான். பூக்களின் தேவதைக்கு இனிமேலும் பொறுத்துக் கொள்ளக்கூடாது எனத் தோன்றியது. அவன் பள்ளி செல்லத் தொடங்கினான். பூக்களின் தேவதையும் அதே பள்ளியில்தான் படித்தாள். இவள் எல்லாப் பாடங்களிலும் முதல் மதிப்பெண் வாங்கினாள். ஆனால் அவன் ஒரு பாடத்திலும் தேர்ச்சி அடையவில்லை. ஆசிரியர்கள் எவ்வளவு உருட்டி மிரட்டினாலும் அவனுக்குப் படிப்பு ஏறவில்லை. அவன் கவனம் எல்லாம் பூக்கள், செடிகள், விலங்குகள், பறவைகள் போன்றவற்றைத் துன்புறுத்துவதில் மட்டுமே இருந்தது. ஒரு நாள் அவன் கனவில் பூக்களின் தேவதை தோன்றினாள். இனிமேல் பூக்களை, செடிகளை, விலங்குகளை, பறவைகளைத் துன்புறுத்தினால் அவனுக்குக் கண் பார்வை போய்விடும் என எச்சரித்தாள். அடுத்த நாள் காலையில் அவன் தாயிடம் சகோதரி தன்னைக் கனவில் அச்சுறுத்துவதாகப் புகார் கூறினான். தாயும் இனிமேல் அவன் அடங்கி நடந்தால் யாரும் பயமுறுத்தமாட்டார்கள் என்றாள். ஆனாலும் சகோதரி சொன்னதை உதாசீனப்படுத்தவேண்டும் என்ற எண்ணம் அவனுள் ஆட்டிப் படைத்தது. அடுத்த நாள் பள்ளியிலிருந்து வரும் வழியில் மலை மீது ஏறி பூக்களைக் கசக்கத் தொடங்கினான். அப்போது பாம்பு போல் ஒரு பூ சீறியது. அவன் அஞ்சி வீட்டுக்கு ஓடி வந்துவிட்டான். அடுத்த நாளிலிருந்து அவனுக்கு ஜுரம் கடுமையாக வந்தது. அவன் பார்வை மங்கத் தொடங்கியது.

சகோதரியிடம் மன்னிப்புக் கோரினான். பல பூச்செடிகளை நட்டு வளர்த்தான். அந்தப் பூக்கள் பேசத் தொடங்கின. தங்கள் மூதாதையர்களை அழித்த அவன் மீது சாபமிட்டன. கள்ளிச் செடியாக மாறிய அவன் பாலைவனத்தில் வளர்ந்தான். பூக்களின் தேவதையிடம் மன்றாடி தன்னை மீண்டும் மனிதனாக்க வேண்டினான். மனிதனாக்க முடியாது பல ஆண்டுகளுக்கு ஒரு முறை மட்டும் பூக்கும் மலராக வேண்டுமானால் ஆக்க முடியும் எனக் கூறிவிட்டாள். கள்ளிச் செடியாக இருப்பதை விட மலராவதே மேல் என அவனும் அதை ஏற்றுக் கொண்டு பல்லாயிரம் ஆண்டுகளுக்கு ஒரு முறை மலரும் பூவானான்.

தற்கொலை

அவள் தற்கொலை செய்துகொள்ள முடிவெடுத்தாள். எந்த வழிமுறையில் சாவது எனப் பலமுறை யோசித்தாள். தூக்கில் தொங்குவது சுலபம்தான். ஆனால் சரியாக முடிச்சு விழாமல் இருந்தால் உயிர் போகாமல் பெரும் சிக்கலாகிவிடும். அதனால் அது சரியில்லை எனத் தோன்றியது. கடலில் மூழ்கிவிடலாம். அதில் காப்பாற்றப்பட்டால் பல கேள்விகளுக்குப் பதில் சொல்ல வேண்டியிருக்கும். தூக்கமாத்திரைகளை எடுத்துக் கொண்டால் ஓரளவு மரணம் நிச்சயம். அவற்றை எப்படி வாங்குவது எனச் சிந்தித்தாள். இரண்டு இரண்டாக பல கடைகளில் வாங்கிச் சேகரிக்கவேண்டும். அதற்குள் நாளாகி விடும். தற்கொலை எண்ணம் போய்விடும். முயற்சி வீணாகிவிடும். தீ வைத்துக் கொள்ளலாம். வீடே தீ பிடித்துவிட்டால் பலரும் சிரமப்படு வார்கள். மாடியிலிருந்து குதிக்கலாம். கை, கால் உடைந்து உயிர் பிழைத்துவிட்டால் காலமெல்லாம் யாராவது கவனித்துக் கொள்ளும்படி ஆகிவிடும். இரயிலில் போய் விழுந்துவிடலாம். சாவு நிச்சயம். ஆனால் யாரும் காப்பாற்றிவிடக்கூடாது. கை நரம்புகளை வெட்டிக் கொண்டு சாகலாம். அதற்கும் அதிக நேரம் பிடிக்கும். கத்தியால் வயிற்றில் குத்திக் கொண்டு சாகலாம். கத்தி சரியாக இறங்காவிட்டால், வாழ்நாள் முழுக்க உபாதை யாகிவிடும். அமிலத்தைக் குடித்துவிட்டால் செத்து விடலாம். அது சரியாக வேலை செய்யாவிட்டால் வெறும் புண்ணாகி பெரும் அவஸ்தை ஆகிவிடும். எலி மருந்து குடிக்கலாம். வாந்தி எடுத்துவிட்டால் பாதிதான் வேலை செய்யும். பக்க விளைவுகள் பயங்கரமாக இருக்கும். பாம்பிடம் கடிபடலாம். அதற்காக ஒரு பாம்பைத் தேடிப் போகவேண்டும். வாகனங்கள் முன் பாயலாம். அவர்கள் ஏற்றாமல் சென்றுவிட்டால் சாக வாய்ப்பு இல்லை. யாராவதுடன் சண்டை போட்டு கொலை வெறி ஊட்டி சாகடிக்கச் செய்யலாம். அவர்கள் கொலைச் செய்யாவிட்டால் சண்டை வீணாகிவிடும். நாட்டு வெடிகுண்டை வெடிக்கச் செய்து சாகலாம். அதை எங்கு வாங்குவது என யோசனையாக இருந்தது. யாரையாவது கொலை செய்துவிட்டு தூக்குத் தண்டனை பெறலாம். தூக்குத் தண்டனை கிடைக்காமல் ஆயுள்

தண்டனை பெற்றுவிட்டால் பெரும்பாடாகிவிடும். எனவே தற்கொலை செய்துகொள்ள வழியே இல்லை. தற்கொலை மனநிலையில் நீடித்து இருப்பதுதான் சாவுக்கு அருகில் இருப்பது போன்றது. சாவு எளிமையானது. வாழ்வதுதான் சாவுக்கு நிகரானது. அதிலிருந்து தப்பிக்கத்தான் தற்கொலை எண்ணம் வருகிறது. எனவே வாழ்ந்திருந்து சாவை அனுபவிப்போம் என முடிவெடுத்தாள். ●

காற்று

அவன் காற்றில் கரைந்து சில காலம் ஆகியிருந்தது. தனக்குத் தேவையான பொருட்களைத் தேவையான இடங்களுக்குச் சென்று எடுத்துக் கொள்வான். யாருக்கும் அவன் வந்து போன சுவடே தெரியாது. அன்றாடம் தேவையானவற்றை இப்படி மறைந்திருந்து எடுத்துக் கொள்வதில் எந்தச் சிரமத்தையும் அவன் அனுபவிக்க வில்லை. அவனுக்கு விருப்பமிருந்தால் எந்த வாகனத்திலும் பயணம் செய்வான். இப்படி இருப்பது அவனுக்குள் சலிப்பை ஏற்படுத்தியது. தன் இருப்பை எல்லோருக்கும் காட்டி மிரள வைக்கவேண்டும் அப்போதுதான் ஓர் உற்சாகம் கிடைக்கும் என நினைத்தான். அப்போது அவன் ஒரு வீட்டைக் கடந்துகொண்டிருந் தான். அந்த வீட்டில் ஒரு குழந்தை அழும் குரல் கேட்டது. உள்ளே போனான். அந்தக் குழந்தை இவனைப் பார்த்தவுடன் சிரித்துக் கையாட்டியது. இவன் துணுக்குற்றான். யாரும் தன்னைக் காண முடியாத போது இந்தக் குழந்தை மட்டும் எப்படித் தன்னை அடையாளம் கண்டுகொண்டது என நினைத்தான். அந்தக் குழந்தையின் விளையாட்டுப் பொம்மைகளை இயக்கினான். குழந்தை அமைதியாக இருந்தது. ஒரு விமானப் பொம்மையை இயக்கிய போது குழந்தை குதூகலித்தது. பல கடைகளுக்கும் சென்று விமான பொம்மைகளை வாங்கி வந்தான். குழந்தை வளர்ந்தான். பல குட்டி விமானங்களை வடிவமைத்து இயக்குவதில் திறமையானவனாக இருந்தான். விமான ஓட்டியாகவும் அவன் ஆகிவிட்டான். இத்தனைக்கும் காற்றில் கரைந்திருந்த அவன்தான் காரணம் என்றாலும் அவன் அதை வெளிப்படுத்தவே இல்லை. விமான ஓட்டியான அந்த இளைஞன் விண்வெளிக்குப் போகும் வாகனத்தை வடிவமைத்து சோதனை ஓட்டத்தை மேற்கொள்ள இருந்தான். காற்றில் மறைந்திருக்கும் இவன் வெளிப்பட சரியான தருணம் அதுதான் என நினைத்தான். விண்வெளி ஓடம் கிளம்பியது. விண்வெளியில் அந்த இளைஞனின் உடலில் புகுந்து விடலாம் என இவன் திட்டமிட்டான். விண்வெளியில் பறந்து கொண்டிருந்த போது அதில் இருந்த மற்றொரு குட்டி விமானத்தில் ஏறிய அந்த இளைஞன், தான் விண்வெளியில் சுற்றிக் கொண்டிருக்கப் போவதாகவும் அந்த விண்வெளி ஓடத்தில் அமர்ந்து தன் வடிவத்தில் அவனைத் திரும்பி வந்த வழியில் செல்லுமாறும் கூறிவிட்டான். இனி அவனைப் போல் காற்றில் கரைந்து தான் இருக்கப் போவதாகவும் சொல்லிவிட்டு அந்தக் குட்டி விமானத்தில் பறந்து சென்றுவிட்டான். ●

நூறு புராணங்களின் வாசல்

விளையாட்டு

அலைபேசியில் விளையாடிக் கொண்டிருந்தாள் அவள். பல சாதனைகளைச் செய்து மலை மீதிருக்கும் விளக்கை எடுத்து வருவதற்கான விளையாட்டு அது. அதில் ஓடிக்கொண்டிருந்த ஒரு பெண் இடையில் வந்த தடையில் வீழ்ந்துவிட்டாள். அலைபேசி இவளை அந்த ஓட்டத்தைத் தொடருமாறு கூறியது. இவள் அந்த ஓட்டத்தில் புகுந்தாள். எப்படியோ பல தடைகளைக் கடந்து மலை வரை முன்னேறிவிட்டாள். கீழே விழுந்த பெண் எழுந்து சமாளித்து வந்து மலை வரை வந்துவிட்டாள். இவளுக்கும் அந்தப் பெண்ணுக்கும் இடையே பலத்த போட்டி எழுந்தது. அலைபேசி அந்தப் பெண்ணை ஆதரித்தது. இது நியாயமற்றது என்றாள் இவள். அலைபேசி கண்டு கொள்ளவில்லை. இவளும் வேகமாக மலை ஏறினாள். அந்தப் பெண்ணுக்கு ஓரளவு எளிமையான தடைகள் வந்தன. இவளுக்கு அதிகக் கடினமானத் தடைகள் வந்தன. இருவரும் ஒரே நேரத்தில் மலை உச்சிக்கு வந்து சேர முடிந்தது. மலை உச்சியில் இருந்த விளக்கை இருவரும் தொடமுடியாத படி இருந்தது. இவளுக்கு ஆற்றாமையாக வந்தது. இதுவரை அந்த விளையாட்டில் இருந்த சவால்களை விடுத்துப் புதிய சவால்களை அலைபேசி கொடுக்கத் தொடங்கியது. அவற்றில் வெற்றி பெற்றாலும் விளக்கை இருவராலும் தொட முடியவில்லை. இறுதியில் விளையாட்டிலிருந்து பின் வாங்க விரும்புகிறீர்களா என அலைபேசி கேட்டது. இருவருமே அமைதி காத்தார்கள். சவால்கள் தீர்ந்துவிட்டன. விளக்கு இருவருக்குமே இல்லை. மீண்டும் முதலிலிருந்து தொடங்கி விளையாடலாம். அப்போது விளக்கு யாராவது ஒருவருக்குக் கிடைக்கும் என்றது. இவளால் அந்த அநியாயத்தை ஏற்க முடியவில்லை. அதில் மக்கள் தொடர்பு பக்கத்திற்குச் சென்று புகார் எழுப்பினாள். இனி இது போன்ற அநியாயம் நடக்காது எனப் பதில் வந்தது. இப்போது இந்த விளையாட்டைத் தனக்குச் சாதகமாக்கவேண்டும் என்றாள். அது முடியாது என பதில் வந்தது. என்ன காரணம் எனத் தெரிந்து கொள்ளவேண்டும் என்றாள். அலைபேசியில் இருக்கும் விளையாட்டில் எல்லாச் சவால்களையும் முறியடித்துவிட்டால் அப்படிச் செய்திருப்பது அலைபேசியின் கணினியைவிட அதிக சக்தி வாய்ந்த கணினி என அலைபேசி புரிந்துகொண்டுவிடும். அதனால் விளையாட்டை நிறுத்திவிடும். இப்போது அதுதான் ஆகியிருக்கிறது எனப் பதில் வந்தது. அலைபேசியில் அந்த விளையாட்டை அவள் நீக்கினாள். ●

நட்பு

அவன் வாகனம் பழுதானதால் அலுவலகத்திலிருந்து வீட்டுக்கு நடந்து சென்று கொண்டிருந்தான். இரவு வேளை யாரும் நடக்காத இடத்தில் ஒருவன் நின்றுகொண்டிருப்பது தூரத்திலிருந்து தெரிந்தது இவனுக்குக் கிலேசத்தைக் கொடுத்தது. இவன் மெதுவாக நடந்தான். அவன் இவனருகே வந்தான். இவனிடம் வந்து பள்ளியில் படித்த நண்பன்தானே என்று கேட்டான். இவனுக்கும் அவனை அடையாளம் தெரிந்தது. இருவரும் பேசிக் கொண்டே நடந்தார்கள். அவன் குடும்பத்தைப் பற்றி இவன் விசாரித்தான். தனது குடும்பம் ஒரு வாகன விபத்தில் சமீபத்தில் இறந்துவிட்டதாகவும் தான் மட்டும் தப்பியதாகவும் சொன்னான். சுடுகாடு அருகில் வந்தவுடன் தான் புறப்படுவதாகவும் பிறகு சந்திப்பதாகவும் சொல்லிவிட்டுச் சென்றுவிட்டான். சமீபத்தில்தான் இவனும் குடித்துவிட்டு இரவில் ஓட்டியதில் ஒரு வாகனம் இவன் மீது மோதாமல் இருக்க ஒரு பெரிய விபத்தில் சிக்கி சின்னாபின்னமானது. இவன்தான் அந்த விபத்துக் காரணம் என்பது இதுவரை வெளியாகவில்லை. இவனும் அது பற்றிப் பெரிதாக எடுத்துக் கொள்ளவில்லை. குடித்துவிட்டு தாறுமாறாக ஓட்டியதும் இவனுக்கு மறந்துவிட்டது. அடுத்த நாளும் இரவு நேரத்தில் அவன் அதே இடத்தில் நின்றிருந்தான். இருவரும் பேசிக் கொண்டே நடந்தார்கள். ஒரு வாரமாக இது ஒரு வழக்கமாகியது. இரு நாட்களில் தனது வாகனம் வந்துவிடும் எனவும் அடுத்த நாள் மட்டுமே இப்படி தான் வரப் போவதாகவும் இவன் அவனிடம் சொன்னான். அடுத்தநாள் இவன் நடந்து வரும்போது அவனைக் காணவில்லை. அவன் நிற்கும் இடத்தில் வந்து இவன் சிறிது நேரம் நின்றான். அவன் வரவில்லை. இவன் கிளம்பிவிட்டான். அவனிடம் தொடர்பு எண் வாங்காதது தவறு என எண்ணிக் கொண்டான். சுடுகாடு அருகே சென்று பார்த்தான். அந்தப் பக்கம் எந்தத் தெருவும் வீடும் இல்லை. அவன் எந்தப் பக்கம் போகிறான் என இதுவரை தான் அறிந்துகொள்ளவில்லையே என நொந்து கொண்டான். அன்று அவனைக் காணாதது பெரும் குறையாக இருந்தது. அவனை எப்படிச் சந்திப்பது என எண்ணிப் பார்த்தான். அடுத்த நாள் அவனைச் சந்தித்து அவன் வீட்டு முகவரி வாங்கவேண்டும் என உறுதி செய்துகொண்டான்.

நூறு புராணங்களின் வாசல்

வேகமாக நடந்து சுடுகாடு அருகே வந்தான். அப்போது சுடுகாட்டின் கதவுகள் திறந்தன. அவன் வெளியே வந்தான். எப்போதும் இருப்பதை விட அதிக உயரமாக இருந்தான். கையில் ரத்தம் வழிந்தது. கண்கள் தீ போல் இருந்தன. இவனைப் பார்த்து அவன் சிரித்த சிரிப்பில் அந்தப் பகுதியே அதிர்வது போல் உணர்ந்தான். இவனருகே அவன் வந்தான். இவன் ஓடத் தொடங்கினான். அவன் பின் தொடர்ந்தான். எதிரில் ஒரு மின்விளக்குக் கம்பம் இருப்பது தெரியாமல் போய் அதில் மோதி கீழே விழுந்து இறந்தான். ●

சொர்க்கம்

அந்தக் குழந்தை தவழ்ந்து தக்காளிச் செடி அருகே வந்தது. ஒரு தக்காளியைப் பறித்தது. அந்தப் பழம் குழந்தையின் கை நழுவிக் கீழே விழுந்தது. குழந்தை அதை மீண்டும் எடுக்கப் போனது. அப்போது தக்காளி நடக்கத் தொடங்கியது. குழந்தை மீண்டும் தக்காளியைப் பின் தொடர்ந்தது. தக்காளி வேகமாக நடந்தது. அழகான ஒரு சோலைக்குள் நுழைந்தது. குழந்தை வருகிறதா என்று பார்த்தது. குழந்தை அங்கும் வந்துவிட்டது. சோலையில் ஒரு பெரிய நாவல் மரம் இருந்தது. அதன் கீழே நாவல் பழங்கள் கொட்டிக் கிடந்தன. தக்காளி அதை எடுத்து குழந்தைக்குக் கொடுத்தது. குழந்தை அதைச் சுவைத்துப் பார்த்துச் சிரித்தது. சோலைக்குள் தக்காளி குழந்தையுடன் சுற்றி வந்தது. அங்கே ஒரு நரி படுத்திருந்தது. குழந்தை வருவதைப் பார்த்து தனது தீய எண்ணத்திற்கு ஊக்கம் கொடுத்தது. தக்காளி இதைக் கவனித்துவிட்டது. நரியிடம் சென்று குழந்தையை நரி நன்றாகப் பார்த்துக் கொண்டால் அது சொர்க்கத்திற்குச் செல்லலாம் என்றது தக்காளி. சொர்க்கத்தில் என்ன இருக்கிறது என்றது நரி. அதற்குத் தேவையான உணவு. நட்புடன் பழக பிற நரிகள். அது ஏமாற்றித் திரிய பிற விலங்குகள் எல்லாமே இருக்கின்றன என்றது தக்காளி. அதன் பேச்சை எப்படி நம்புவது என்றது நரி. தக்காளி அந்த நாவல் மரத்தின் மீது ஏறி கீழே குதித்தால் நம்புவதாக நரி சொன்னது. தக்காளி மரத்தின் மீது ஏறி கீழே குதித்தது. எந்தச் சேதாரமும் இல்லாமல் குழந்தையைப் பார்த்துக் கொள்வதாகவும் அதற்கு ஈடாகத் தனக்குச் சொர்க்கத்தைத் தக்காளிப் பெற்றுத் தரவேண்டும் என்றது நரி. சில நாட்கள் நகர்ந்தன. நரி குழந்தையை நன்றாகக் கவனித்துக் கொண்டது. இருந்தாலும் இந்தக் குழந்தையை வளர்த்து என்ன பயன் தான் எப்போதோ அனுபவிக்கப் போகும் சொர்க்கத்திற்காக இப்போதே நல்ல நரியாக ஏன் இருக்கவேண்டும் என எண்ணியது. தக்காளி அதனிடம் தீய எண்ணம் தலை தூக்குவதைப் புரிந்துகொண்டது. நரி இப்போதே சொர்க்கத்திற்குப் போய்விட்டுத் திரும்பவும் இங்கே வரலாம் என்றது தக்காளி. அது எப்படி நடக்கும் என்றது நரி. ஒரு முட்புதரைக் காட்டி இதற்குள் நுழைந்து மறுபக்கம் வந்தால் நடக்கும் எனக் கூறியது தக்காளி. அதற்குள் நுழைந்த நரி சொர்க்கத்திற்குப் போய்ச் சேர்ந்தது. மறுபக்கம் வரவே இல்லை.

கண்ணாடி மாளிகை

அவள் ஓர் இடத்தில் கண்ணாடி மாளிகை இருப்பதாக அறிந்து அதைப் பார்க்கும் ஆவலில் அங்குப் போய்ச் சேர்ந்திருந் தாள். அதைக் காவல் காப்பவர் அதற்குள் சென்றுவிட்டால் வெளியே வருவது கடினம் எனவே அங்கு யாரும் உள்ளே போவதில்லை என்று கூறினார். அவள் அதைப் பொருட்படுத்த வில்லை. உள்ளே நுழையும் கதவைத் திறந்தவுடன் அந்த அறைக்குள் மேலிருந்து கீழ் வரை கண்ணாடிகள் பொருத்தப் பட்டிருந்ததால் அவளது பிம்பத்தைக் காட்டின. அவள் நுழைந்தவுடன் அவளுக்குப் பின்புறம் அந்தக் கதவு சாத்திக் கொண்டது. அதிலும் உட்புறம் கண்ணாடி இருந்தது. அவள் மெதுவாக நகர்ந்தாள். அவள் பிம்பங்களும் நகர்ந்தன. ஒவ்வொரு கண்ணாடியாகத் தள்ளிப் பார்த்தாள். ஒன்று திறந்தது. அது மற்றொரு அறையாக இருந்தது. அதிலும் கண்ணாடிகள் மட்டுமே இருந்தன. அந்த அறையிலும் மெதுவாக எல்லா கண்ணாடிகளையும் தள்ளிப் பார்த்து மற்றொரு அறைக்கு வந்தாள். அதுவும் கண்ணாடிகளால் நிரம்பியிருந்தது. இப்படி எல்லா அறைகளிலும் கண்ணாடிகள் மட்டுமே காணப்பட்டன. எல்லாவற்றிலும் அவள் பிம்பங்கள் எதிரொளித்தன. இதில் பெரிய சுவாரஸ்யம் இல்லை என நினைத்த அவள் வெளியே போக எத்தனித்தாள். அறைக் கதவுகளைத் தேடித் தேடி திறந்தாள். அவை எல்லாம் மற்றொரு அறையில் மட்டுமே திறந்தன. வெளியில் போகும் வழி தென்படவில்லை. எப்படி வெளியே போவது எனத் தெரியாமல் அவளுக்குப் பைத்தியம் பிடித்துவிடும் போல இருந்தது. முதலில் அந்த அமைப்பைச் சரியாகப் புரிந்துகொள்ளவேண்டும் என நினைத்தாள். ஓர் அறைக்குள் நுழைந்து அந்தக் கதவைத் திறந்து வைத்தாள். அந்த அறையில் இருக்கும் மற்றொரு கதவைத் திறந்தாள். அந்த இரண்டு கதவுகளைத் தவிர மூன்றாவது ஒரு கதவு இருக்கும் ஓர் அறை இருக்கிறது. அந்த அறையைக் கண்டுபிடித்தால் வெளியே போகலாம் எனப் புரிந்தது. இப்படி எல்லாக் கதவுகளையும் திறந்து வைத்துக் கொண்டே வந்து ஓர் அறையில் மூன்றாவது கதவு இருப்பதை அறிந்து அதைத் திறந்தாள். அது மீண்டும் மற்றொரு அறையில்தான் திறந்தது. அதில் நுழையாமல் இது போல் மூன்று கதவுள்ள அறைகளைத்

தேடினாள். அவற்றுக்குள் நுழைந்தால் கண்ணாடி மாளிகையின் மிகவும் உட்புறம் போகவேண்டியிருக்கும் எனப் புரிந்துகொண்டாள். ஒரு குறிப்பிட்ட கணக்கில் மூன்று கதவுள்ள அறைகள் இருந்தன. அவை எல்லாமே கண்ணாடி மாளிகையின் உட்புற வழிகளாக இருந்தன. அவற்றைத் தவிர்த்து நான்காவது கதவுள்ள அறையைத் தேடினாள். அப்படியே சுற்றி வந்தாள். மிகவும் களைப்புற்று ஒரு கண்ணாடி மீது சாய்ந்தாள். அந்தக் கதவு வெளியே போவதற்கான வழியாகத் திறந்தது. ●

வயது

அவள் மிகவும் முதுமை அடைந்துவிட்டதால் வேறு யாரும் ஆதரவுக்கு இல்லை என்ற எண்ணத்தில் ஓர் இல்லம் தேடிப் போய்ச் சேர்ந்துவிட்டாள். அந்த இல்லத்தில் இருக்கும் போது எப்போதும் போல படித்துக் கொண்டும் எழுதிக் கொண்டும் தன்னுடைய வேலைகளைச் செய்துகொண்டும் இருந்தாள். அங்கு வந்து சேர்ந்து ஒரு மாதத்தில் அவளது தோற்றம் நடுத்தர வயதைத் தொட்டிருந்தது. அந்த இடத்தில் அவளுக்குப் பிடித்தமான அம்சங்கள் இருந்ததால் அவளது தோற்றத்தில் இளமை வந்துவிட்டது என நினைத்தாள். இன்னும் சில காலத்தில் அவள் தோற்றம் இன்னும் இளமையாகிவிட்டது. நரை மறைந்துவிட்டது. உதிர்ந்த கேசம் வளர்ந்துவிட்டது. அவளுக்குக் குழப்பமாக இருந்தது. அந்த இடத்தை விட்டு வேறிடம் செல்லலாம் என முடிவெடுத்தாள். அடுத்த நாள் வேறிடத்திற்குச் சென்றுவிட்டாள். அங்கு அவளைப் பார்த்தவர்கள் அவள் குறிப்பிடும் வயதிற்கும் தோற்றத்திற்கும் சம்பந்தமே இல்லை எனச் சந்தேகத்துடன் பார்த்தார்கள். அங்கு சில நாட்கள் தங்கி இருந்தாள். அப்போது அவள் கல்லூரிக்குச் செல்லும் பெண் போல் ஆகியிருந்தாள். தனக்கு ஏன் இப்படி நேர்ந்திருக்கிறது என அறிய பல மருத்துவர்களை நாடினாள். முதுமையிலிருந்து இளமைக்குத் திரும்பும் தலைகீழ் வளர்சிதை மாற்றம் கொண்ட மரபணு அவள் உடலில் இருப்பதாகவும் அதன் காரணமாக இந்த இளமை அவளுக்குக் கிடைத்திருப்பதாகவும் மருத்துவர்கள் கூறிவிட்டார்கள். இதை நிறுத்த முடியாது எனவும் அவர்கள் சொல்லிவிட்டார்கள். இவளுக்கு மிகவும் கவலையாகி விட்டது. அடுத்த சில நாட்களில் அவள் பள்ளி செல்லும் சிறுமியாகி விட்டாள். இப்போது என்ன செய்வது எனப் புரியாமல் தத்தளித்தாள். ஒரு நாள் ரயில் நிலையம் சென்று அமர்ந்திருந்தாள். இரவு நடமாட்டம் இல்லாத போது இவள் குழந்தையாகி வீறிட்டு அழத் தொடங்கினாள்.

வேட்டை

அவன் காட்டிற்குச் சென்று இறந்து கிடக்கும் விலங்குகளை எடுத்து வந்து புடம் போட்டு அவன் வீட்டின் அடிப்பகுதியில் வைத்து விடுவான். அதுவும் இதுவரைக் கண்டிராத விலங்குகளை மட்டுமே எடுத்து வருவான். அதனால் அவை எப்போதாவதுதான் அவனுக்குக் கிடைத்தன. பறவைகள், பாம்புகள், போன்றவற்றையும் எடுத்து வந்திருக்கிறான். அன்று அவனுக்குக் கிடைத்தது ஓர் அதிசயமான உயிரினம். மனித உடலும் சிங்கத்தின் தலையும் வேறு ஏதோ பெயர் தெரியாத விலங்கின் முகமும் கொண்ட உயிரினம். அது மனிதனா என அவன் திருப்பித் திருப்பி ஆராய்ந்தான். ஆனால் அந்த உயிரினம் மனித உடலை மட்டுமே கொண்டிருந்தது. தலையிலிருந்து கழுத்து வரை வேறு ஏதோ உயிரினம்தான் என்பதை உறுதிப்படுத்திக் கொண்டான். அதை வீட்டுக்கு எடுத்து வந்தான். அதைப் புடம் போட்டு வீட்டின் அடிப்பகுதியில் ஒரு பீடத்தின் மீது ஏற்றி நிற்க வைத்தான். அதனைச் சுற்றி மற்ற விலங்குகளை அடுக்கினான். மேலே பறவைகள் இந்தக் காட்சியைப் பார்ப்பது போல் வைத்துவிட்டு தன் அறைக்கு வந்து தூங்கிப் போனான். நள்ளிரவில் வீட்டின் அடிப்பகுதியில் ஏதோ வித்தியாசமான ஒலி கேட்டது. தன் கனவில் வரும் ஒலி என எண்ணித் தூங்கிப் போனான். காலையில் எழுந்து அடிப்பகுதிக்குச் சென்று பார்த்தான். பெரிய எலி போன்ற ஒரு விலங்கை வைத்திருந்தான். அது காணாமல் போயிருந்தது. பல இடங்களில் தேடினான். கிடைக்கவில்லை. ஏன் இப்படி நடந்தது என உறுத்திக் கொண்டே இருந்தது. அன்று இரவும் அதை எண்ணியபடியே தூங்கிவிட்டான். நள்ளிரவில் மீண்டும் அதே போன்ற ஒலி அடிப்பகுயில் இருந்து வந்தது. எழுந்து அமர்ந்து கூர்ந்து கேட்டான். விலங்குகள் ஓடுவது போல் கேட்டது. ஏதோ ஒரு விலங்கு ஓலமிடுவது போல் இருந்தது. அதன் பின் எல்லாம் அமைதியாகி விட்டது. கீழே சென்று பார்க்க அச்சமாக இருந்ததால் அமைதி யாகப் படுத்து உறங்கிப் போனான். அடுத்த நாள் கீழே போய்ப் பார்த்தான். மற்றொரு கொம்பு முளைத்த குதிரை போன்ற ஒரு விலங்கு காணாமல் போயிருந்தது. இவனுக்கு அது பெரும் ஆச்சரியமாக இருந்தது. அன்றிரவு உறங்காமலேயே அமர்ந்திருந்தான். அறையில் மங்கலான வெளிச்சம் இருந்தது. அவன் அறைக் கதவு திறந்தது. அந்த மனிதனும் விலங்கும் இல்லாத உயிரினம் அவன் அறைக்குள் நுழைந்தது. அவன் அச்சத்தில் உறைந்து மயங்கிப் போனான். அடுத்தநாள் அந்த விலங்கு நின்றிருந்த பீடத்தில் அவன் உடல் நின்றிருந்தது.

குறை

அவள் பள்ளிக்குச் செல்லும் வழியில் மூளை வளர்ச்சி இல்லாத சிறுவன் ஒருவன் அந்த வீட்டின் ஜன்னலிலிருந்து அவன் வரைந்த பூவைக் காட்டுவான். அந்தப் பூவின் நிறத்தை வைத்து அன்று நடக்கப் போவதை அவள் ஊகிப்பாள். மஞ்சள் என்றால் மங்கலம், சிவப்பு என்றால் கோபம், பச்சை என்றால் பழைய நினைவுகள், நீலம் என்றால் நீர் போன்ற குளுமையான செய்திகள் இப்படி நிறத்திற்குத் தக்கவாறு ஊகிப்பாள். திரும்பி வரும்போது தான் அந்த பூவைக் கண்டு எண்ணியது அப்படியே நடந்துவிட்டது என்பதற்காக அவனைப் பார்த்து கையசைப்பாள். இது அவனுக்குப் பெரும் உற்சாகத்தைத் தரும். தினமும் நடப்பது இது. ஒரு நாள் அவனைக் காணவில்லை என்றால் கூட குழப்பமடைந்து விடுவாள். பள்ளி இறுதிப் படிப்பு வரை இந்த விளையாட்டுத் தொடர்ந்து கொண்டே இருந்தது. அவன் காட்டிய பூக்களின் நிறங்கள்தான் அவளை ஊக்கப்படுத்தி நல்ல மதிப்பெண்கள் வாங்க வைத்தன என அவள் நம்பினாள். மருத்துவப் படிப்பில் சேர்ந்தாள். அப்போதும் பூக்களின் ஓவியங்களை அவனும் வரைந்து காட்டுவான். இவளும் கையசைப்பாள். மருத்துவப் படிப்பு முடியும் வரை இந்தப் பரிமாற்றம் தொடர்ந்து கொண்டே இருந்தது. பூக்களோடு இப்போது வண்ணத்துப் பூச்சிகளையும் அவன் வரைந்தான். அவளுக்கு அவையும் பல செய்திகளைக் கொடுத்தன. மருத்துவப் படிப்பு முடிந்து மூளை வளர்ச்சித் திறன் குறைபாடு குறித்த சிறப்புத் துறையில் மேல் படிப்பு படித்தாள். அத்துடன் அந்தக் குறைபாட்டுக்குக் காரணமான மரபணுக்களைக் கண்டுபிடித்து அவற்றைத் திருத்துவது குறித்தும் அவைப் பரம்பரையில் கடத்தப்படுவதைத் தடுப்பதற்கும் ஆய்வு செய்து தீர்வு கண்டுபிடித்தாள். அது ஏற்கப்படும் நாள் அவன் என்ன நிற பூவைக் காட்டுவான் என்று அவள் ஆவலாகப் பார்த்தாள். அவன் கறுப்பு நிறத்தைக் காட்டினான். அதுவரைக் கறுப்பு நிறத்தில் அவன் எதையுமே வரைந்ததில்லை. அன்று கறுப்பு நிறத்தைக் காட்டியது அவளுக்கு அதிர்ச்சியாகவும் அச்சமாகவும் இருந்தது. அவள் ஆய்வு அங்கீகரிக்கப்பட்டது. அன்று அவன் வீட்டுக்குச் சென்று அவனுக்கு நன்றி சொல்லி அவனை அழைத்துச் சென்று ஏதாவது நல்ல பரிசை வாங்கித் தரவேண்டும் என எண்ணி அவள் வீட்டுக்குப் போனாள். அவன் வீட்டிற்கு வெளியே பலரும் நின்றிருந்தார்கள். அவன் இறந்து போயிருந்தான். கறுப்பு மலரின் பொருள் அப்போதுதான் அவளுக்குப் புரிந்தது.

நகர்வு

அன்று காட்டில் அவள் பழங்களைப் பறித்துக் கொண்டிருந்தாள். ஏதோ ஒன்று அவளைப் பிடித்து உலுக்கியது போல் இருந்தது. அவளால் நிற்கவே முடியவில்லை. அப்படியே அமர்ந்து விட்டாள். அவள் நின்றிருந்த நிலப்பகுதி நகரத் தொடங்கியது. அந்த இடத்தில் அவளைத் தவிர வேறு யாரும் இல்லை. கீழே கிடந்திருந்தப் பழங்களை எடுத்துச் சாப்பிட்டாள். நிலம் மெதுவாக நகரும் படகு போல் நகர்ந்துகொண்டிருந்தது. அருகில் இருந்த கடலில் போய்ச் சேர்ந்தது. கடலில் மிதந்துகொண்டே சென்றது. அலைகளின் சீற்றம் அந்த நிலப்பகுதியை எதுவும் செய்யவில்லை. அந்தப் பகுதியில் இருந்த பழங்களும் கிழங்குகளும் மட்டுமே அவளுக்குப் போதுமானவையாக இருந்தன. ஆங்காங்கே தோன்றிய ஊற்றுகளி லிருந்து நீரை எடுத்துப் பருகினாள். இந்த நிலம் நிற்குமா... இப்படியே பயணிக்குமா... என யோசித்தாள். நிலத்தின் மீது நடப்பது சிரமமாக இருந்தது. மெதுவாக நகர்ந்து சென்று வேறு யாராவது அதில் இருக்கிறார்களா எனத் தேடினாள். யாரும் இல்லாத தனித் தீவு அது எனப் புரிந்துகொண்டாள். அந்தத் தனித்தீவின் ஒரே உரிமையாளர் தான் மட்டுமே என நினைத்து மகிழ்ந்தாள். ஆனால் இதை யாரிடமும் சொல்லி மகிழ்வதற்கு வழியில்லாமல் போய்விட்டதே என நொந்து கொண்டாள். தூரத்தில் மலைகள் தெரிந்தன. இந்த நிலப்பகுதி அங்கு போகுமா என நினைத்தாள். மழையும் பனியும் பொழிந்து கொண்டிருந்தன. வெயிலும் குளிரும் அவளைப் பெரிதாக வாட்டவில்லை. அந்த நிலப்பகுதி நகராமல் நிற்கவேண்டும் என்பது மட்டுமே அவளது எண்ணமாக இருந்தது. அப்படியே நின்றாலும் அங்கிருக்கும் மக்கள் தன்னை ஏற்பார்களா என்று சந்தேகம் கொண்டாள். இப்படி நகரும் நிலத்தில் வாழ்வதுதான் இனி இயற்கையின் விதி என்றால் ஏற்றுக் கொண்டுதான் ஆகவேண்டும் என நினைத்து அமைதி யானாள். தூரத்தில் தெரிந்த மலைகள் இப்போது அருகே தெரிந்தன. மெதுவாக அந்த நிலம் மலைகளில் மோதி நின்று விட்டது.. அவள் அந்த மலையின் மீது ஏறினாள். உச்சிக்கு வந்து பார்த்தாள். அப்போது அவள் வந்த நிலம் நகர்ந்து போய்க் கொண் டிருந்தது. கீழே பார்த்தாள் ஒரு நகரம் தெரிந்தது. அங்குப் போனாள். நகரும் நிலத்தில் அவள் அங்கு வந்து சேர்ந்ததாகச் சொன்னாள். அவள் மனநிலை பாதிக்கப்பட்டப் பெண் என எண்ணி அவளைக் காப்பகத்தில் சேர்த்தார்கள். சில நாட்களில் பெரிய நிலநடுக்கம் வந்தது. அவள் இருந்த பகுதி நகரத் தொடங்கியது. ●

பொம்மை உலகம்

சிறுமிக்கு அவளுடைய பெற்றோர்கள் ஏராளமான பொம்மைகளை வாங்கிக் கொடுத்திருந்தார்கள். அவளுக்கு அதில் சுவாரஸ்யம் ஏற்படவில்லை. அவளுக்கு மேலும் உற்சாகமூட்டும் விளையாட்டுத் தேவைப்பட்டது. ஒரு நாள் சர்க்கஸ் பார்க்கப் போனாள். அதில் வந்த கோமாளியை அவளுக்கு மிகவும் பிடித்தது. வீட்டுக்குப் போய் கோமாளியின் ஓவியத்தை வரைந்தாள். அது உயிருடன் வந்தால் எவ்வளவு நன்றாக இருக்கும் என நினைத்தாள். உடனே அது உயிர் பெற்றுவிட்டது. ஆனால் அவள் எந்த அளவு சிறியதாக வரைந்திருந்தாளோ, அதே அளவுக்கான சிறிய கோமாளியாக உயிர் பெற்றது. அதைக் கையில் தூக்கி வைத்துக் கொண்டு கொஞ்சினாள். அந்தக் கோமாளி தனியாக இருந்ததால் அதனுடன் விளையாட ஒரு குட்டியானையை வரைந்தாள். அதுவும் உயிர் பெற்றது. கோமாளி குட்டியானையுடன் விளையாடினான். அதைப் பார்த்து சிறுமி குதூகலித்தாள். கோமாளியையும் குட்டியானையையும் ஒரு கூடையில் போட்டு மூடி வைத்தாள். பள்ளிக்குச் சென்று வந்து அவர்களுடன் விளையாடினாள். ஒரு நாள் கோமாளி காணாமல் போனான். அவள் வீடெல்லாமல் தேடினாள். கிடைக்கவில்லை. ஒருவேளை அந்த சர்க்கஸுக்குப் போய்விட்டானோ என அங்கே சென்று பார்த்தாள். கோமாளி அங்கு இருந்தான். அவனை அழைத்தாள். அவள் உடன் மறுத்தான். அவளுக்கு என்ன செய்வதென்று புரியாமல் வீட்டுக்கு வந்து புதிதாக ஒரு கோமாளியை வரைந்தாள். அது உயிர் பெற்றது. குட்டியானையுடன் அந்தக் கோமாளியும் விளையாடினான். முன்பிருந்த கோமாளி போல் அவனும் சர்க்கஸுக்குப் போய்விடுவானா என்று கேட்டாள். அவளுடன் விளையாடுவதால் என்ன பயன் என்று கோமாளி கேட்டான். சர்க்கஸுக்குச் சென்றால் பணமும் பாராட்டும் கிடைக்கும் என்றான். தானும் அந்தக் குட்டியானையைத் தூக்கிக் கொண்டு சர்க்கஸுக்குப் போக விரும்புவதாகச் சொன்னான். அவனையும் குட்டியானையையும் மீண்டும் ஓவியமாக்கினாள் சிறுமி.

மீன்

அவன் அந்த அழகிய மீனைத் தொட்டியுடன் வாங்கி வீட்டுக்குக் கொண்டு வந்தான். அது இன்னும் வளரும் என்பதால் பெரிய தொட்டியாக வாங்கி விட்டான். அந்த மீனை வளர்ப்பது குறித்து முழுமையாகத் தெரிந்து கொண்டான். வீட்டுக்குக் கொண்டு வைத்தப் பின் அதன் குணாம்சம் மாறியது. அவனைக் கண்டால் அதற்குப் பிடிக்கவில்லை. அவன் தொட்டியில் தண்ணீர் மாற்றுவது உணவு வைப்பது போன்ற எல்லா வேலைகளையும் செய்து வந்தான். ஒரு நாள் மீன் அவனிடம் பேசியது. நீயாகப் பிறந்திருக்க வேண்டிய என்னைத் தந்திரமாக மீனாகப் பிறக்கச் செய்துவிட்டு மீனாகப் பிறந்திருக்க வேண்டிய நீ என்னை ஏமாற்றிவிட்டாய். உன்னை நான் விடப் போவதில்லை என்றது மீன். என்ன செய்யப் போகிறாய் என்று கேட்டான் அவன். பொறுத்திருந்து பார் என்றது மீன். அவனுடைய நண்பன் ஒரு நாள் அவன் வீட்டுக்கு வந்திருந்தான். அந்த மீனின் அழகில் மயங்கி அதனைத் தன் வீட்டுக்கு எடுத்துப் போவதாகக் கூறினான். உடனே அதற்குச் சம்மதித்து மீனை எடுத்துக் கொடுத்து விட்டான். வீட்டுக் கொண்டுவந்து அந்த மீனை எடுத்துப் பாத்திரத்தில் போட்டான் நண்பன். மீன் பேசியது. உன்னிடம் ஓர் உதவி தேவை என்றது. அவனுக்கு மீன் பேசுவது ஆச்சரியமாக இருந்ததால் என்ன செய்யவேண்டும் என்றான் நண்பன். என்னை வெட்டிக் குழம்பாக்கி உன் நண்பனிடம் கொண்டு போய்க் கொடுக்கவேண்டும் என்றது. அதற்கு அவனும் ஒத்துக் கொண்டான். மீன் குழம்பு செய்து எடுத்துப் போய் அவனிடம் கொடுத்தான். தான் வளர்த்த மீன் தன்னைப் பழி வாங்கப் போவதாகச் சொன்னது. இப்போது குழம்பாகி வந்திருக்கிறது என உற்சாகத்தோடு அதனைச் சாப்பிட்டான். உள்ளே போன மீன் சொன்னது என்னை உண்டதால் நீ மீனாகவும் நான் நீயாகவும் ஆகப் போகிறோம். இது புரியாமல் என்னை நீ உண்டுவிட்டாய் என்றது. அவனுக்குப் பெரும் அதிர்ச்சியாக இருந்தது. காலியாக இருந்த மீன் தொட்டியில் இறங்கிப்படுத்துக் கொள்ளவேண்டும் போல் அவனுக்கு இருந்தது. அதில் இறங்கியவுடன் அவன் மீனாகி விட்டான். அவனிலிருந்து பிரிந்த மீன் மனிதனாகி மீனாகி விட்ட அவனை வளர்த்தது. ●

கானல்

அவன் வீட்டின் ஜன்னலிலிருந்து பார்த்தால் சற்று தொலைவில் இருக்கும் வீட்டின் ஜன்னலும் அந்த வீட்டில் நடப்பதும் தெரியும். அது இருக்கும் தொலைவை விட அருகில் இருப்பது போல் தெரியும். அது கானல் நீர் போன்ற காட்சி எனப் பிறகு புரிந்துகொண்டான். எப்போதும் அந்த வீட்டில் நடப்பதை இவன் உன்னிப்பாகக் கவனிப்பதில்லை. அன்றிரவு அந்த வீட்டில் ஏதோ வித்தியாசமான ஒலி வந்ததால் அந்த ஜன்னலில் பார்த்தான். ஒருவன் ஒரு பெண்ணின் கழுத்தை நெரித்துக் கொண்டிருந்தான். இவனுக்குப் பெரும் அதிர்ச்சி யாகிவிட்டது. அந்த வீட்டுக்குச் சென்று என்ன நடந்தது என்று பார்க்கலாம் எனக் கிளம்பினான். அந்த வீட்டின் கதவைத் தட்டினான். கழுத்தை நெரித்தவன் வந்து கதவைத் திறந்தான். அவனிடம் எந்த மாற்றமும் தெரியவில்லை. வீட்டில் ஏதாவது சண்டையா என இவன் கேட்டான். அப்படி எதுவுமில்லையே என்றான் அவன். தன் வீட்டு ஜன்னலிலிருந்து பார்த்த காட்சியை அவனிடம் சொன்னான் இவன். அவன் சிரித்துக் கொண்டு இவனை வீட்டுக்குள் அழைத்து அவன் ஜன்னலில் தெரிந்தது தன் வீட்டுத் தொலைக்காட்சி எனவும் அதில் அப்போது தான் நடிக்கும் ஒரு குறும்படக் காட்சியைப் பார்த்துக் கொண்டிருந்த தாகவும் சொன்னான். உண்மையில் அங்கு ஒரு பெரிய தொலைக்காட்சி வைக்கப்பட்டிருந்தது. இவனும் தொல்லைக்கு மன்னிப்பு கேட்டுவிட்டு வந்துவிட்டான். இருந்தாலும் இவனுக்குச் சந்தேகம் தீரவில்லை. அவன் பொய் சொல்வதாகக் கருதினான். இதை எப்படிக் கண்டுபிடிப்பது என யோசித்தான். மீண்டும் தன் வீட்டுக்குச் சென்று அந்த வீட்டின் ஜன்னலைக் கவனித்தான். எதுவும் சலனம் இல்லாமல் இருந்தது. அவனுக்கு அந்த வீட்டில் கொலை நடந்திருப்பதாகவே பட்டது. மீண்டும் அந்த வீட்டுக்குப் போனான். கதவைத் தட்டாமல் ஒரு முறை வீட்டைச் சுற்றி வந்தான். அந்த வீட்டின் அருகில் ஒரு மரம் இருந்தது. அதில் ஏறிப் பார்த்தான். கட்டிலில் அந்தப் பெண் தாறுமாறாகக் கிடந் தாள். பக்கத்தில் தன்னுடன் பேசியவன் கத்தியால் குத்தப்பட்டுக் கிடந்தான். தன்னுடன் பேசியது யாராக இருக்கும் என நினைத்த அவனுக்கு அச்சத்தில் வியர்வை ஊற்றியது. மரத்திலிருந்து குதித்து தலைதெறிக்க ஓடி வீடு வந்து சேர்ந்தான். ●

பல்

அவளுக்கு எதிர்பாராத விதமாக அதிகப் பணம் தேவைப் பட்டது. குடும்பத்தில் ஏற்பட்ட கடனை அடைக்க வேண்டி யிருந்தது. தன் பூர்வீக வீட்டை விற்றுவிடலாம் என முடிவெடுத் தாள். 'அங்கிருந்த பொருட்களை என்ன செய்யலாம்?' எனப் பார்க்க வந்திருந்தாள். அங்கு அவள் சிறு வயதில் சேகரித்தப் பொருள்கள் எல்லாம் இருந்தன. குட்டி பாத்திரங்கள், சொம்புகள், பள்ளிக்குக் கொண்டு சென்ற பைகள், நோட்டுப் புத்தகங்கள், சில்லறை காசுகள், பலகைகள், பென்சில்கள், பேனாக்கள், தூரிகைகள், சிறுவயதில் வரைந்த ஓவியங்கள், சிறுவயதில் அணிந்த உடைகள், ரிப்பன்கள், சாப்பிட்டத் தட்டுகள், குடித்த குவளைகள், மட்பாண்டங்கள், சாமி சிலைகள், வளையல்கள், கொலுசுகள், மேஜைகள், நாற்காலிகள், கட்டில்கள், பெட்டிகள், முறங்கள், அம்மி, குழவி, மாவாட்டும் கல், துணி துவைக்கும் கல், இன்னும் இன்னும் எண்ணிலடங்கா பொருள்கள் இருந்தன. உள் அலமாரி திறந்தால் அதில் ஒரு சிறிய பெட்டி இருந்தது. அதைத் திறந்து பார்த்தாள். முதன் முதல் விழுந்த அவளுடைய பல் அதில் இருந்தது. அதைக் கண்டவுடன் பழைய நினைவுகள் எல்லாம் கிளர்ந்து வந்தன. அந்தப் பல் விழுந்தவுடன் அவள் எவ்வளவு துயருற்றாள் என நினைவுக்கு வந்தது. அந்தப் பல்லால்தான் எத்தனைத் தின்பண்டங்களை உண்டிருப்போம் எனத் தோன்றியது. புதிய பல் வளர்ந்து வரும் வரை விழுந்து விட்ட அந்தப் பல் மீது அவளுக்குக் கடும் கோபம் இருந்தது. அதன் பின் அந்தப் பல் மீது அதிக வாஞ்சை ஏற்பட்டுவிட்டது. அதைப் பத்திரமாக வைத்துக் கொண்டாள். அந்தப் பால் பல்லைக் காட்டி அவள் சிரிக்கும் போது அவளது தாத்தா, பாட்டி மிகவும் மகிழ்ந்தார்கள். அந்தப் பல் இத்தனை ஆண்டு களாக அப்படியே இருக்கிறது. தான் இறந்த பின்னும் அது இருக்கும் என நினைத்து நெகிழ்ந்து போனாள். அவளுக்குச் சட்டென்று யோசனை வந்தது. அந்தப் பல்லை ஏலம் விட்டால் என்ன என்று தோன்றியது. ஓர் இணையதளத்தில் அந்தப் பல்லை ஏலம் விட்டாள். வெளிநாட்டில் மரபுக்கூறுகளைக் குறித்து ஆய்வுகளைச் செய்யும் நிறுவனம் கணிசமான தொகைக்கு அந்தப் பல்லை ஏலம் எடுத்துக் கொண்டது. கடன் சுமை தீர்ந்தது. அவள் வீட்டையும் விற்கவில்லை. ●

3333

3333ஆம் ஆண்டு பிறந்த முதல் நாள் அவள் குழந்தைகளை உருவாக்கித் தரும் மையத்திற்குச் சென்று ஒரு குழந்தை வேண்டும் என கோரிக்கை வைத்தாள். குழந்தையை வளர்ப்பதற்குரிய தகுதியை நிர்ணயிக்கும் மனுவை நிரப்பிக் கொடுத்தாள். அதற்கான தொகையைக் கணினி நாணயம் வழி பரிமாற்றம் செய்துவிட்டு வந்தாள். அவளுக்கு முன்னால் பலர் கோரிக்கை வைத்திருப்பதால் அவளுக்குக் குழந்தை கிடைக்கச் சில காலம் ஆகும் எனச் சொல்லிவிட்டார்கள். அவளுக்குக் கிடைக்கும் குழந்தை 75% எந்திரமாகவும் 25% இயற்கையாகவும் இருக்கும் என உறுதி கூறப்பட்டது. அதில் கோரிக்கை வைத்து இயற்கை அம்சத்தை 50% அதிகப்படுத்தலாம். ஆனால் முழுமையான இயற்கையான குழந்தை கிடைக்காது. செயற்கை உறுப்புகள் மாட்டப்பட்டிருப்பதால் அவை பழுதானால் மாற்றிக் கொள்ளலாம். சாவு என்பதே இல்லாமல் ஒழித்துவிட்ட இனமாக அந்த இனம் மாறிவிட்டது. இயற்கை அம்சங்கள் அதிகமானால் சாவை நெருங்க வேண்டியிருக்கும் என்பதால் அதை அந்த இனத்தை ஆள்பவர்கள் அனுமதிப்பதில்லை. ஆனால் இவளுக்கோ எப்படியாவது முழுவதும் இயற்கையான குழந்தை கிடைக்கவேண்டும் என ஏக்கப்பட்டாள். அப்படி முழுமையாக இயற்கையான குழந்தை கோரினால் அவர்கள் பூமி கிரகத்திற்குச் சென்றுவிடவேண்டும். சாவு வந்தால் அங்கேயே சந்தித்துவிட வேண்டும். மீண்டும் அங்கிருந்து வர வேண்டும் என்றால் கணினி நிதியைத் தொகையாகக் கொடுக்கவேண்டும். அதற்கும் இவள் ஆயத்தமாகத்தான் இருந்தாள். ஆனால் இயற்கையான குழந்தை கிடைக்க வேண்டும் என்றால் அதிகக் காலம் எடுக்கும். அப்படி இயற்கையான குழந்தையைக் கோரிப் பெற்றால் நாகரிகமடையாதவர்கள் என ஒதுக்கப்படுவார்கள். இவளுக்கு இயற்கையான குழந்தை தவிர வேறெதுவும் வேண்டாம் எனச் சொல்லிவிடலாம் என முடிவெடுத்தாள். அந்த மையத்திற்குச் சென்று தனது முடிவைச் சொன்னாள். இயற்கையான குழந்தைகளை எந்த மையமும் உருவாக்குவதில்லை எனக் கூறப்பட்டது. அவள் ஏமாற்றத்துடன் திரும்பி வந்தாள். அவளுக்கு என்ன செய்வதென்று தெரியவில்லை. முருகனிடம் வேண்டினாள். தனக்கு இயற்கையான

குழந்தை கிடைக்க அருள் புரியவேண்டினாள். இவளுக்குக் குழந்தை கிடைக்கும் நேரம் நெருங்கியது. அந்த மையத்தில் குழந்தையைச் செயற்கையாக உருவாக்குபவர் குளறுபடி செய்ததால் இவளுக்கு இயற்கையாக உருவான குழந்தையே கிடைத்துவிட்டது. அந்த மையம் அதற்காக வருத்தம் தெரிவித்தது. அந்தக் குழந்தைக்குப் பதிலாக வேறு குழந்தையை உருவாக்கித் தருவதாகச் சொன்னது. இவள் மறுத்துவிட்டு அந்தக் குழந்தையை எடுத்துக் கொண்டு பூமிக்கு வந்தாள். முருகன் கோயிலுக்குச் சென்று அவன் காலடியில் குழந்தையை வைத்தாள்.

குறிப்புகள்